നൂറ് സിംഹാസനങ്ങൾ

ശബ്ദാവിഷ്കാരത്തോടെ

ജയമോഹൻ

1962 ഏപ്രിൽ 22ന് ജനിച്ചു. മലയാളത്തിലേയും തമിഴിലേയും അറിയപ്പെടുന്ന എഴുത്തുകാരനും സാഹിത്യ നിരൂപകനുമാണ്. തമിഴ്നാട്ടിലെ നാഗർകോവിലാണ് സ്വദേശം. 1990 കളിൽ തമിഴ് സാഹിത്യരംഗത്ത് സാന്നിധ്യമറിയിച്ചു തുടങ്ങിയ ജയമോഹന്റെ ഏറ്റവും പ്രസിദ്ധമായ കൃതിയായ 'വിഷ്ണുപുരം', ഭാരതീയ തത്ത്വചിന്തകളിലൂടെയും പുരാണങ്ങളിലൂടെയുമുള്ള അന്വേഷണമാണ്. റബ്ബർ, പിൻതൊടരും നിഴലിൻ കുരൾ, കന്യാകുമാരി, കാട്, ഏഴാം ഉലകം തുടങ്ങിയവ മറ്റു ചില ശ്രദ്ധേയമായ രചനകളാണ്. ലിയോ ടോൾസ്റ്റോയ്, മോഹൻദാസ് കരംചന്ദ് ഗാന്ധി തുടങ്ങിയവരുടെ ചിന്തകളുടെ ശക്തമായ സ്വാധീനം ഇദ്ദേഹത്തിന്റെ രചനകളിൽ കാണാം. തന്റെ ജീവിതാനുഭവങ്ങളും വിപുലമായ യാത്രകളും പകർന്നു നൽകിയ കരുത്താണ് ഇദ്ദേഹത്തിന്റെ രചനകൾക്കു പിന്നിലുള്ള ശക്തി. മലയാളം-തമിഴ് സാഹിത്യമണ്ഡലങ്ങളിലുള്ള ആശയസംവാദത്തിന് ഇദ്ദേഹം വിലപ്പെട്ട സംഭാവനകൾ നൽകിയിട്ടുണ്ട്. ഒൻപതു നോവലുകൾ, ചെറുകഥകളും നാടകങ്ങളുമുൾപ്പെട്ട പത്തു സമാഹാരങ്ങൾ, പതിമൂന്ന് സാഹിത്യനിരൂപണങ്ങൾ, ക്രിസ്ത്യൻ-ഹിന്ദു തത്ത്വചിന്തയെക്കുറിച്ചുള്ള മൂന്നു കൃതികൾ, ഒട്ടേറെ വിവർത്തനങ്ങൾ എന്നിവയും ഇദ്ദേഹത്തിന്റെ വകയായി ഉണ്ട്. മലയാളത്തിൽ ഒന്നും, തമിഴിൽ മൂന്നും തിരക്കഥകളുടെ രചനയിലും ഭാഗഭാക്കായിട്ടുണ്ട്. ഇതിനൊക്കെ പുറമെ, വെബ്സൈറ്റ് രചനകളിലും ഇദ്ദേഹം സജീവമാണ്.

നൂറ് സിംഹാസനങ്ങൾ

(നോവൽ)

ജയമോഹൻ

ശബ്ദാവിഷ്കാരം:
ബന്ന ചേന്ദമംഗല്ലൂർ

ലിപി പബ്ലിക്കേഷൻസ്
കോഴിക്കോട് - 673 002

Malayalam Language
NOORU SIMHASANANGAL
(Novel)
by
JAYAMOHAN
With an audio presentation
by **BANNA CHENNAMANGALLUR**
First Lipi Edition: October 2022
Typeset & Layout: Jaisal Nallalam
Cover Design: Ramesh LIPI
Printed at Lipi Digital Prints

Publishers
LIPI PUBLICATIONS
Head Office
AL Ameen Building, 13/766- U 6
Rly.Stn. Link Road, Kozhikode - 673002
Tel: 0495-2700321

Showroom
LIPI BOOKS
B-12, Vikas Building, Rly. Stn. Link Road, Kozhikode-2
Tel: 0495-2700192 Mobile: 9847262583
Email: lipipublicationsclt@gmail.com
lipiakbar@gmail.com
www.lipipublications.com

പ്രസാധകക്കുറിപ്പ്

ജയമോഹന്റെ നൂറ് സിംഹാസനങ്ങൾ എന്ന നോവൽ മലയാളസാഹിത്യത്തിൽ ഒരു വഴിത്തിരിവിനെ അടയാളപ്പെടുത്തുന്നു. വർത്തമാനകാല ഇന്ത്യയുടെ നേർക്കണ്ണാടിയാകുന്നു ഈ നോവൽ. പ്രമേയത്തിന്റെ മൗലികതയും അവതരണത്തിലെ ചടുലതയും ലാവണ്യസങ്കല്പത്തെ തിരുത്തിക്കുറിക്കുന്നു. കാലിക്കറ്റ് യൂണിവേഴ് സിറ്റി പാഠപുസ്തകമായി അംഗീകരിച്ച ഈ മഹത്തായ ഗ്രന്ഥം വിദ്യാർഥികളുടെ താൽപര്യം കണക്കിലെടുത്ത് ശബ്ദാവിഷ്കാരത്തോടെയാണ് പ്രസിദ്ധീകരിക്കുന്നത്. യാതൊരു പ്രതിഫലേച്ഛയുമില്ലാതെ തന്റെ നോവൽ വായനാസമൂഹത്തിന് സമർപ്പിച്ച ജയമോഹന്റെ മഹാമനസ്കതയ്ക്ക് ലിപി നന്ദി പ്രകാശിപ്പിക്കുന്നു.

എം.വി. അക്ബർ

ലിപി പബ്ലിക്കേഷൻസ്

നോവലിന്റെ ശബ്ദാവിഷ്കാരം കേൾക്കുവാനായി
ക്യൂ.ആർ. കോഡ് സ്കാൻ ചെയ്യുക

ഒന്ന്

അമ്മ മരിക്കാൻ കിടക്കുന്ന വിവരം വന്നറിയിച്ചത് കുഞ്ഞൻനായരായിരുന്നു. വൈകുന്നേരം ഓഫീസ് വിട്ടു പുറപ്പെടാനുള്ള തിരക്കിൽ ഫയലുകളിൽ ഒപ്പിട്ടു കൂട്ടുകയായിരുന്നു. മുന്നിൽ രമണി. ഒടുവിലത്തെ ഫയൽകൂടി രമണിയെ ഏൽപ്പിച്ച് 'രാമൻപിള്ളയോട് ഒരിക്കൽക്കൂടി നോക്കിയിട്ടയച്ചാൽ മതീന്ന് പറയൂ... ഇന്നുതന്നെ പോണം' എന്നു പറഞ്ഞപ്പോഴാണ് ഇരട്ടക്കതകിന്ന് അപ്പുറത്ത് കുഞ്ഞൻനായരുടെ തല പ്രത്യക്ഷപ്പെട്ടത്.

"എന്താ കുഞ്ഞൻനായരേ?" എന്നു ഞാൻ ചോദിച്ചു.

അയാൾ രമണിയെ കണ്ണു കാണിച്ചു. ഞാൻ രമണിയോടു പോകാൻ തലയാട്ടി. അവനെ അകത്തേക്കു വരാനും.

കുഞ്ഞൻനായർ രമണി പോകുന്നതു ശ്രദ്ധിച്ചിട്ട് രഹസ്യമായി, "സാറിനോട് ഒരു കാര്യം പറയണം. എങ്ങനെയാ പറയേണ്ടതെന്നറിയില്ല. ഞാൻ കാലത്തു കേട്ടതാണ്. ഉച്ചയ്ക്കു തന്നെ സൈക്കിളുമായി ചെന്ന് കോട്ടാറ് ആശുപത്രിയിൽ നോക്കി. സംഗതി ഉള്ളതാണ്... ഞാൻ ആളെ കണ്ടു. ബോധമില്ല. തീരെ വയ്യാത്ത സ്ഥിതിയാണ്"... എന്നു പറഞ്ഞു.

ഞാൻ ഊഹിച്ചുവെങ്കിലും എന്റെ വായ 'ആര്?' എന്നു ചോദിച്ചു.

"സാറിന്റെ അമ്മ തന്നെ... കോട്ടാറിൽ ഷെഡ്ഡിലാണിട്ടിരിക്കുന്നത്. ഭിക്ഷക്കാരെ കിടത്തുന്ന ഷെഡ്ഡിൽ. വെറുംതറയിൽ ഒരു പായകൂടെയില്ലാതെയാ കിടപ്പ്. ഞാൻ ആറ്റിങ്ങൽ മുസ്തഫയോട് ഒരു പുൽപ്പായ വാങ്ങി കെടത്താൻ പറഞ്ഞിട്ട് വന്നു. കൈയില് ചക്കറം ഇല്ല. ഉണ്ടായിരുന്നെങ്കി ഒരു നല്ല തുണി വാങ്ങിക്കൊടുക്കാമായിരുന്നു.

ഞാൻ "എവിടെ?" എന്നു ചോദിച്ചുകൊണ്ട് എഴുന്നേറ്റു.

"സാർ, കോട്ടാറ് വലിയ ആശുപത്രിയാ... എന്നുവച്ചാ ശരിക്കുള്ള ആശുപത്രിയിലല്ല. ഈ കഴുതച്ചന്തയ്ക്കടുത്തുള്ള പഴയ ആശുപത്രി യൊണ്ടല്ലോ. ഇടിഞ്ഞ നാലഞ്ചു ഷെഡ്ഡുകളാ... അതിൽ മൂന്നാമത്തെ ഷെഡ്ഡിലാണ്... വരാന്തയിൽ തന്നെ കെടപ്പുണ്ട്. എന്റെ മച്ചിനൻ ഒരാൾ അതിന്റടുത്ത് ചായക്കട വച്ചിട്ടുണ്ട്. അവനാ എടയ്ക്ക് പറഞ്ഞത്..."

ഞാൻ പേന ഷർട്ടിൽ തിരുകി കണ്ണട എടുത്ത് കൂടിലിട്ട് കീശയി ലാക്കിയിട്ട് പുറപ്പെട്ടു.

കുഞ്ഞൻനായർ പുറകിൽ ഓടിവന്നു.

"അല്ല, സാറിപ്പം അങ്ങോട്ടു പോകണ്ട... വേണ്ട സാർ. അതത്ര നല്ലതല്ല... ഇപ്പം തന്നെ ഓരോരുത്തരും പറഞ്ഞ് വായ നാറ്റിക്കുന്നു. നമ്മളെന്തിന് അവന്റെയൊക്കെ മുന്നിൽ ചെന്നു നിന്നുകൊടുക്കണം? ഇതുവരെ ഞാനൊരാളോടും ഒരക്ഷരം മിണ്ടിയിട്ടില്ല. എവന്റെയൊക്കെ നാക്ക് തീട്ടം കൊണ്ട് ഉണ്ടാക്കിയതാ. സാറിടപെടണ്ട. ഞാൻ ഇരുചെവി യറിയാതെ സംഗതികൾ ശരിയാക്കാം. ഒള്ള കാശ് എന്റെ കൈയിൽ തന്നാ മതി സാർ. സാറ് വീട്ടിലേക്ക് പോ. ഒന്നും അറിഞ്ഞതായി ഭാവിക്കണ്ട."

"നായര് വീട്ടിലേക്ക് പോയ്ക്കോ. ഞാൻ നോക്കിക്കൊള്ളാം" എന്നു കർക്കശമായി പറഞ്ഞിട്ട് പുറത്തേക്കു നടന്നു.

ഓഫീസിലൂടെ നടക്കുമ്പോൾ എന്റെ മുതുകത്ത് കണ്ണുകൾ തുറന്നു. എന്നു ഞാൻ വെള്ള ഷർട്ടിട്ടു തുടങ്ങിയോ അന്നു മുളച്ച കണ്ണുകളാണവ. ആ ഹാളിലുണ്ടായിരുന്ന എല്ലാവരും പരിഹാസത്തോടെ എന്നെ നോക്കിയിട്ടു പരസ്പരം നോക്കി. ചുണ്ടനങ്ങാതെ സംസാരിച്ചു. എന്റെ പിന്നിൽ വന്ന നായർ എന്തോ ആംഗ്യം കാട്ടിയപ്പോൾ രമണി വാപൊത്തി ചിരിച്ചു.

ഞാൻ കാറിൽ കയറി ഇരുന്നു. നായർ കുനിഞ്ഞ് "ഞാൻ വേണ മെങ്കിൽ സൈക്കിളിൽ പുറകിൽ വരാം സാർ" എന്നു പറഞ്ഞു.

'വേണ്ട' എന്നു പറഞ്ഞു ഞാൻ പുറപ്പെട്ടു. അയാൾ മാഞ്ഞ് ഓഫീ സും മായുന്നതുവരെ എന്റെ ദേഹത്തുണ്ടായിരുന്ന, മുറുക്കം അയഞ്ഞു. ചുമലുകൾ മെല്ലെ തളർന്നു. സ്റ്റിയറിംഗിൽ എന്റെ പിടി ഇളകി. ഒരു സിഗരറ്റ് വലിക്കാൻ എന്റെ ചുണ്ടും തൊണ്ടയും നെഞ്ചും മനസ്സും കൊതിച്ചു. പക്ഷെ, കാറിൽ, ഷർട്ടിൽ ഒരിടത്തും സിഗരറ്റ് ഉണ്ടാവില്ല. സുധയുടെ നിയന്ത്രണം.

ചെട്ടിക്കുളം ജംഗ്ഷനിൽ കാർ നിർത്തി ഇറങ്ങാതെ തന്നെ ഒരു പാക്കറ്റ് വിൽസ് ഗോൾഡ് വാങ്ങി. പുക ഊതിയപ്പോൾ എന്റെ വെപ്രാളവും ഒപ്പം പുറത്തേക്ക് ഒഴുകുന്നതായി തോന്നി. ജംഗ്ഷനിൽ നിന്നിരുന്ന പോലീസുകാരൻ എന്നെ കണ്ടപ്പോൾ ഉണർന്ന് സല്യൂട്ട് അടിച്ചു. കാർ

ഇറക്കമിറങ്ങി കോട്ടാറിലെ ആശുപത്രി നടയിലെത്തി. അതിനപ്പുറത്താണ് കഴുതച്ചന്ത ആശുപത്രി എന്നു കേട്ടിട്ടുണ്ട്.

ആശുപത്രി വാതുക്കൽ എന്റെ കാർ നിന്നപ്പോൾ മുൻവശത്തു നിന്ന പണിക്കാർ മുഴുവൻ ഉള്ളിലേക്കോടി. ആൾക്കൂട്ടത്തിനെ നിയന്ത്രിക്കുന്ന ശബ്ദങ്ങൾ; പലതരം കാൽപ്പെരുമാറ്റങ്ങൾ. അകത്തൊരു പാത്രം വലിയ ഒച്ചയോടെ വീണു. രണ്ടാളുകൾ എന്റെ കാറിന്റെ നേർക്ക് ഓടിയെത്തി.

ഇടത്തരം പ്രായമുള്ളയാൾ 'ഗുഡ്മോണിങ് സാർ' എന്നു പറഞ്ഞു. ചെറുപ്പക്കാരനായ മറ്റേയാൾ 'ഗുഡീവിനിങ് സർ' എന്നും പറഞ്ഞു.

'ഞാൻ ഇവിടെ ഒരു പേഷ്യന്റിനെ നോക്കാനാ വന്നത്' എന്നു പറഞ്ഞപ്പോൾ രണ്ടാളും ഞെട്ടി.

'ഇവിടെയാണോ സാർ?'

'അതെ ഇവിടെത്തന്നെ...'

ഇടത്തരം പ്രായക്കാരൻ 'അല്ല സാർ, ഇവിടെയല്ല... ഇത്...' എന്നു പറഞ്ഞു തുടങ്ങിയപ്പോൾ 'ഇവിടെത്തന്നെ... ഇതല്ലേ ഭിക്ഷക്കാരെ ചികിത്സിക്കുന്ന സ്ഥലം' എന്നു ഞാൻ ചോദിച്ചു.

'സാർ, ഇവിടെയുള്ളവരൊക്കെ അനാഥരാ... മുനിസിപ്പാലിറ്റിക്കാര് കൊണ്ടുവന്നിടുന്ന ഭ്രാന്തന്മാരും കിഴട്ട് പിച്ചക്കാരുമാണിവിടെ.'

'മൂന്നാമത്തെ ഷെഡ്ഡ് എവിടെയാണ്?' ഞാൻ ചോദിച്ചു.

'കാട്ടാം സാർ...' എന്നു പറഞ്ഞ് രണ്ടാളും എന്നെ വിളിച്ചു കൊണ്ടു പോയി.

ഡോക്ടർമാരാണ്. സീനിയർ ഒന്നു മടിച്ച് 'ഒക്കെ ചാവാറായ കേസാണ് സാർ. ചികിത്സയൊന്നും ചെയ്യാൻ പറ്റൂല്ല. ജനറൽ ആന്റി ബയോട്ടിക് കൊടുക്കും. റൊട്ടിയും വെള്ളവും കൊടുക്കും. പൊതുവെ ഒന്നും രക്ഷപ്പെടാറില്ല.'

ചെറുപ്പക്കാരൻ 'ഫണ്ടൊക്കെ കമ്മിയാ. സ്റ്റാഫും ഇല്ല. തോട്ടിമാരൊ ഴിച്ച് മറ്റുള്ളവർ ഇതുങ്ങളെ തൊടൂല്ല' എന്ന് പറഞ്ഞു.

ഞാൻ മിണ്ടാതെ നടന്നു.

"ഇപ്പം വലിയ തെരക്കാ സാർ. മഴക്കാലമാ. ഈറനിൽ കെടന്നു പനിയും സന്നിയും വന്ന് റോട്ടിക്കെടക്കുമ്പം മുനിസിപ്പാലിറ്റീന്ന് വണ്ടി യിലെടുത്തിട്ട് ഇവിടെ കൊണ്ടുവരും... ഇതൊക്കെ മൃഗങ്ങളെ മാതിരിയാ... ഒരെണ്ണം ചാകാൻ കെടന്നാ മറ്റൊരാൾ നോക്കൂല്ല." ഡോക്ടർ എന്റെ പിന്നിൽ നടന്നു വന്നു.

ആ ഷെഡ്ഡ് മുഴുവൻ തെരുവ് നായകളാണ് കൂടുതൽ. മഴക്കാല

മായതുകൊണ്ട് പുറത്തുള്ള നായകൾ മുഴുവൻ അകത്തു കടന്നതായിരുന്നു. പുണ്ണും ചെള്ളും പിടിച്ച നായ്ക്കൾ.

ഷെഡ്ഡ് മുഴുവൻ രോഗികൾ. പണ്ട് എപ്പോഴോ എന്തിനോ ഉണ്ടാക്കിയ ഷെഡ്ഡാണ്. ഓടുകൾ പൊളിഞ്ഞ് വെളിച്ചം അകത്തിറങ്ങിയിട്ടുണ്ട്. അതിന്റെ താഴെ ഷെഡ്ഡിനുള്ളിൽ തന്നെ പുല്ലും കളയും മുളച്ചിരുന്നു. വെറും നിലത്തും കീറിയ ചാക്കുകളിലും പഴയ പനംപായകളിലുമായി ചവറ്റുകൂനകൾ പോലെ ആളുകൾ കിടക്കുകയായിരുന്നു. ദ്രവിച്ച് തുടങ്ങിയ മനുഷ്യർ. അധികവും വൃദ്ധർ. മിക്കവാറും ആളുകൾക്ക് ബോധമില്ല. ചിലർ എന്തോ പുലമ്പിക്കൊണ്ടിരുന്നു. ചിലർ കൈയോ കാലോ ആട്ടിക്കൊണ്ട് പതിഞ്ഞ സ്വരത്തിൽ നിലവിളിച്ചുകൊണ്ടിരുന്നു. ചീഞ്ഞ മാംസത്തിന്റെയും ദ്രവിച്ച തുണികളുടെയും ഛർദിയുടെയും ഗന്ധം. നടക്കുമ്പോൾ ഈച്ചകൾ 'ഹം' എന്ന ഒച്ചയോടെ എഴുന്നേറ്റ് പറന്ന് പിന്നെയും ഇരുന്നു.

ഞാൻ കർച്ചീഫ് കൊണ്ട് മൂക്കുപൊത്തി നടന്നു.

'ഒക്കെ ഭ്രാന്ത് പിടിച്ചവരാ സാർ. കിടന്ന സ്ഥലത്തുതന്നെ ഒന്നും രണ്ടുമൊക്കെ പോകും. ഒന്നും ചെയ്യാൻ പറ്റൂല്ല.'

അവിടെയെങ്ങും ഒരു പണിക്കാരും ഉണ്ടായിരുന്നില്ല.

'തോട്ടികൾ കാലത്തുതന്നെ വന്ന് വൃത്തിയാക്കിയിട്ട് പോകും... പിന്നെ ആരും വരൂല്ല... വൈകുന്നേരം അവരെ വിളിക്കാൻ പറ്റില്ല'.

മൂന്നാമത്തെ ഷെഡ്ഡിൽ ഒരു ദ്രവിച്ച തൂണിന്റെ താഴെ അമ്മ കിടക്കുന്നത് ഞാൻ കണ്ടു. ഒരു പായയിൽ മലർന്നു കിടക്കുന്നു. മിക്കവാറും നഗ്നയായി. കറുത്ത വയറ് വലിയൊരു തുകൽച്ചാക്ക് മാതിരി പൊന്തിനിന്നു. മുലകൾ അഴുക് സഞ്ചികൾ പോലെ രണ്ടുവശത്തേക്കും വീണിരുന്നു. കൈയും കാലും നീരുവെച്ച് ചുളിവുകൾ നിവർന്ന് തിളങ്ങുകയായിരുന്നു. വായ തുറന്ന് കറുത്ത ഒറ്റപ്പല്ലും അട്ടപോലെ കറുത്ത ഊനും കാണാനായി. തലമുടി ചാണകം പോലെ നിലത്തു കിടന്നു.

'എന്താ ഇവർക്ക്?' ഞാൻ ചോദിച്ചു.

'ആക്ചലി... ഞാൻ നോക്കിയില്ല സാർ. വയസ്സ് എഴുപതോ മറ്റോ ഉണ്ടാവും.'

എന്റെ നോട്ടത്തിൽ നിന്ന് മാറി 'ഓർമയുള്ളവർക്ക് മാത്രമാ വല്ല ഗുളികയും കൊടുക്കാറുള്ളത്' എന്നു ഡോക്ടർ പറഞ്ഞു.

ഞാൻ അമ്മയെത്തന്നെ നോക്കുകയായിരുന്നു. ആറടിപ്പൊക്കം. ചെറുപ്പത്തിൽ കറുത്ത വട്ടമുഖത്ത് നിറയെ വെളുത്ത പല്ലും, പനങ്കായകൾ മാതിരി ഉറച്ച മുലകലും വലിയ കൈയും കാലുമായി ശ്രീവൈകുണ്ഠക്ഷേത്രത്തിലെ കുറത്തി ശില്പം പോലെയിരിക്കും. ലോഹത്തിൽ അടിക്കുന്ന

ഒച്ചയിൽ സംസാരിക്കും. അമ്മ തെരുവിൽ വരുന്നതു കണ്ടാൽ കുട്ടികൾ കരഞ്ഞുകൊണ്ട് വീട്ടിലേക്കോടും.

ഒരിക്കൽ അമ്മ പിടാരി കോവിലിന്റെ പുറകുവശത്ത് തോട്ടിൽ കുളിച്ചിട്ട് മുല കുലുക്കിക്കൊണ്ട് നടുന്നുവരികയായിരുന്നു. ഞാൻ പിന്നിലുണ്ട്. സന്ധ്യാനേരം. എതിരിൽ വന്നുപെട്ട കോരൻ വൈദ്യർ രണ്ടു കൈയും കൂപ്പി 'അമ്മേ ദേവീ' എന്ന് നിലവിളിച്ചുകൊണ്ട് നിന്നുപോയി. അന്ന് അമ്മ എന്തോ വാരിവലിച്ച് തിന്നുന്നുണ്ടായിരുന്നു. അവർ ഒന്നും ശ്രദ്ധിക്കാതെ കാല് പൊക്കിവച്ച് നടന്നു പോയി.

'കേസോ മറ്റോ ആണോ സാർ?' ഡോക്ടർ ചോദിച്ചു.

എന്റെ ചുണ്ടുകൾ പെട്ടെന്ന് കല്ലായി മാറി. ചിന്തയിലെ ജീവൻ ചുണ്ടിൽ ചെന്നെത്തിയില്ല. ഒന്നു രണ്ട് സെക്കന്റ് നേരം ഞാൻ ചുണ്ടിലേക്ക് എത്താൻ ശ്രമിച്ചു. പിന്നെ ചുണ്ടനക്കി 'വേണ്ടപ്പെട്ട ഒരാളാ' എന്നു പറഞ്ഞു.

'വേണമെങ്കിൽ വലിയ ആശുപത്രിയിലേക്കു കൊണ്ടുപോകാം സാർ. ബസ്റ്റാന്റിൽ നിന്നു തോട്ടികൾ കൊണ്ടുവന്നിട്ടതാണ്'. അയാൾ കുന്തിച്ചിരുന്ന് അമ്മയുടെ വയറ് ഞെക്കിനോക്കി.

'നാലഞ്ചുദിവസമായി യൂറിൻ പോകുന്നില്ല എന്നു തോന്നുന്നു. ഇന്നർ ഓർഗൻസ് ഓരോന്നായി നിന്നുപോവുന്നു. വലുതായിട്ട് ഒന്നും ചെയ്യാൻ പറ്റൂല്ല. പക്ഷെ, യൂറിൻ പുറത്തുപോയാ രക്തത്തിൽ അമോണിയ കുറയും... അപ്പോൾ ചിലപ്പോൾ ഓർമ മടങ്ങിവരാൻ സാധ്യതയുണ്ട്. വല്ലതും ചോദിക്കണമെങ്കിൽ ചോദിക്കാം.'

ഞാൻ 'മിസ്റ്റർ മാണിക്യം' എന്നു വിളിച്ചു. മാണിക്യം ആ സ്വരം മാറ്റം മനസ്സിലാക്കാതെ 'സാർ' എന്നു പറഞ്ഞു.

'മിസ്റ്റർ മാണിക്യം ഇത്'... കത്തികൊണ്ട് നെഞ്ചിൽ കുത്തിയിറക്കുന്നതുപോലെ ഞാൻ പറഞ്ഞു. 'ഇതെന്റെ അമ്മയാ'

ഡോക്ടർക്ക് ആദ്യം മനസ്സിലായില്ല. 'സാർ?' എന്നു പറഞ്ഞു വായ തുറന്നു.

'ഇതെന്റെ സ്വന്തം അമ്മയാ....'

ഡോക്ടർ പിന്നെയും മനസ്സിലാവാതെ 'സാർ?' എന്നു പറഞ്ഞു. 'ഇതാണെന്റെ അമ്മ. ലേശം മാനസിക പ്രശ്നമുണ്ടായിരുന്നു. വീട്ടിന്ന് പോയീട്ട് കുറെ കാലമായി.

ഡോക്ടർ എന്നെയും അമ്മയെയും മാറി മാറി നോക്കി. പെട്ടെന്ന് അയാൾക്ക് മനസ്സിലായി.

‘ഐയാം സോറി സാർ... ആക്ച്വലി...’ എന്തോ പറയാൻ വാ തുറന്നു.

‘സാരമില്ല. ഇപ്പോൾ ഒരു കാര്യം ചെയ്യുക. ഉടൻ തന്നെ ഇവരുടെ വസ്ത്രമൊക്കെ മാറ്റി വേണ്ട ട്രീറ്റ്മെന്റ് കൊടുത്ത് റെഡിയാക്കൂ. ഞാൻ ഇവരെ ഒരു പ്രൈവറ്റ് ഹോസ്പിറ്റലിലേക്ക് കൊണ്ടുപോവുകയാ... ഒരു ആംബുലൻസിനും പറയൂ...’

‘ഷുവർ സാർ’ ഡോക്ടർ പറഞ്ഞു.

ഞാൻ എന്റെ പേഴ്സ് പുറത്തെടുത്തു.

‘സാർ പ്ലീസ്, ഞങ്ങൾ നോക്കിക്കോളാം... എന്റെ സ്ഥിതി സാർ ഒന്നു മനസ്സിലാക്കണം. ഈ സിസ്റ്റത്തിൽ എനിക്കെന്ത് ചെയ്യാൻ പറ്റുമോ അതു ഞാൻ ചെയ്യുകയാണ്...’

ഞാൻ ഓകെ എന്നു പറഞ്ഞ് കാറിന്റെ അടുത്തേക്കു നടന്നു.

പത്തുനിമിഷത്തിൽ ഡോക്ടർ ഓടിവന്നു. ‘ക്ലീൻ ചെയ്യുകയാണ് സാർ. ഇൻജക്ഷൻ ചെയ്ത് യൂറിൻ പുറത്തെടുക്കുന്നുണ്ട്. ഹോപ്പൊന്നും വേണ്ട.’

‘ഓക്കെ, ഓക്കെ’ എന്നു പറഞ്ഞ് ഞാൻ സിഗരറ്റ് കത്തിച്ചു. കാറിന്റെ പുറത്തുനിന്ന ഡോക്ടർ നന്നായി കുനിഞ്ഞ് പതിഞ്ഞ സ്വരത്തിൽ ‘സാർ’ എന്നു വിളിച്ചു.

‘യെസ്?’ ഞാൻ പറഞ്ഞു.

‘എന്റെ മീതെ തെറ്റൊന്നും ഇല്ല എന്ന് ഞാൻ പറയില്ല സാർ. എന്നെക്കൊണ്ട് ആവുന്നത് ഞാൻ ചെയ്യുന്നു. മുനിസിപ്പൽ ചവറ്റുപറമ്പിലേക്ക് ചവറ് കൊണ്ടുചെന്ന് തട്ടുന്നതുമാതിരിയാണ് ഇവിടെ ഇവരെ കൊണ്ടുവരുന്നത്.’

ഞാൻ ‘ഓക്കെ.... ചെന്ന് പണി നോക്കൂ’ എന്നു പറഞ്ഞു. എന്റെ സ്വരത്തിൽ ഞാനുദ്ദേശിക്കാത്ത കാഠിന്യം വന്നു. എന്നോട് എനിക്കു തന്നെ തോന്നിയ അറപ്പുകൊണ്ടാവാം. പക്ഷെ, ഡോക്ടറുടെ ശബ്ദം മാറി.

‘സാർ ഞാൻ എസ്.സി. ക്വാട്ടയിൽ വന്നവനാ. എന്നെപ്പോലുള്ള ആളുകൾക്ക് ഇവിടെ ഒരു സ്ഥാനവും ഇല്ല. വൃത്തികെട്ട ഏതോ ഒരു പ്രാണിയെ നോക്കുന്നതുമാതിരിയാണ് എന്നെ ഇവര് നോക്കുന്നത്. ഞാൻ സർവീസിൽ കയറി ഇപ്പോൾ പതിനെട്ടു കൊല്ലം കഴിഞ്ഞിരിക്കുന്നു. സീനിയറാണ് സാർ. പക്ഷെ, ഇന്നുവരെ അന്തസ്സായിട്ട് ചെയറിലിരുന്ന് രോഗികളെ നോക്കിയിട്ടില്ല. സർവീസു മുഴുവൻ പോസ്റ്റുമോർട്ടം ചെയ്യാനും ഇതുപോലുള്ള സ്ഥലങ്ങളിൽ പണിയെടുക്കാനുമാ സാർ എന്റെ യോഗം. ഇവിടെ വലിയ ജാതിയിലുള്ള ഒരൊറ്റ ആളില്ല. ഈ ചെറിയ ഡോക്ടറും

എന്റെ ജാതിയാ... ഞങ്ങൾ രണ്ടാളെയും...' തുടർന്ന് സംസാരിക്കാനാവാതെ അയാൾക്ക് തൊണ്ടയടച്ചു.

ഇറങ്ങി അയാളെ തള്ളിയിട്ട് ചവിട്ട്, അരച്ച്, മെതിച്ച് ചെളിയാക്കി മാറ്റി, മണ്ണോടുമണ്ണാക്കണമെന്നു തോന്നി. എന്റെ കൈയും കാലുമൊക്കെ വൈദ്യുതി ഏറ്റതുപോലെ പിടഞ്ഞു. ശ്വാസം മുട്ടിയപ്പോൾ എന്റെ കൈയിലെ സിഗരറ്റ് വിറച്ച് ചാരം മടിയിൽ വീണു.

അയാൾ കണ്ണുകൾ തൂത്തുകളഞ്ഞിട്ട് 'വൃത്തികെട്ട ജീവിതമാ സാർ. ക്ലിനിക്ക് വെച്ചാൽ ഉയർന്ന ജാതിക്കാരൻ വരില്ല. നമ്മുടെ ആളുകളിൽ കാശുള്ളവനും വരില്ല. എനിക്ക് നാട്ടിൽ തോട്ടി ഡോക്ടർ എന്നാ പേര്. പഠിച്ച പഠിത്തത്തിന് വേറെ എവിടെപ്പോയാലും അന്തസ്സായിട്ട് ജീവിക്കാമായിരുന്നു. ഒരു ഡോക്ടറാകണമെന്ന് സ്വപ്നം കണ്ട് രാവും പകലും ഇരുന്ന് പഠിച്ചു. പട്ടിണി കിടന്ന് പഠിച്ചവനാ സാർ... ഇതാ തോട്ടികളുടെ ഒപ്പം തോട്ടി ഡോക്ടറായി എന്നെ ഇരുത്തിയിരിക്കുന്നു.'

ഞാൻ നെടുവീർപ്പിട്ടു. എന്റെ മുഖത്തിലെ പേശികളെ മെല്ലെ അയച്ചു.

'മാണിക്യം...' ഞാൻ വിളിച്ചു.

'വേറെ പണിക്ക് പോയാലും ഇതുതന്നെയാ ഗതി. സിവിൽ സർവീസ് എഴുതി എന്നെപ്പോലെ ആയാലും വേറെ മാർഗം ഇല്ല... ഞാൻ സിവിൽ സർവീസിലെ തോട്ടിയാ..."

ഡോക്റുടെ വായ തുറന്നുതന്നെ നിന്നു. ഞാൻ വാക്കുകളെ കടിച്ചു നിർത്താൻ ശ്രമിച്ചു. പക്ഷെ, വ്രണത്തിലെ ചലം പോലെ അവ ചീറ്റിയടിച്ചു.

"ഈ ശരീരം കണ്ടോ? ഇതിൽ ഓടുന്ന ചോര മുഴുവൻ പിച്ചയെടുത്ത് ഉണ്ട ചോറിൽ ഊറിയതാ. അത് എനിക്കു മറക്കാനാവില്ല. ഞാൻ മറന്നാലും എനിക്ക് പിച്ചയിട്ട ഒരാളും അത് മറക്കില്ല. മറക്കണമെങ്കിൽ മുഴുവൻ ചോരയും കീറി പുറത്തെടുക്കണം. വേറെ വല്ല നല്ല രക്തവും കുത്തിക്കേറ്റണം. പുലി, നായ, കഴുത അങ്ങനെ വല്ല അന്തസ്സുള്ള ജീവിയുടെയും രക്തം.... അത്...." വാക്കുകളില്ലാതെ ഞാൻ വിക്കി. പിന്നെ 'പോയ്ക്കോളൂ... പോയി അമ്മയെ റെഡിയാക്കൂ...' എന്നു പറഞ്ഞു. ആ ഉച്ചത്തിലുള്ള സ്വരം എന്റെ കാതുകളിൽ വീണപ്പോൾ എന്റെ ദേഹം ലജ്ജകൊണ്ട് ചുരുങ്ങി.

ഞെട്ടിപ്പോയി നിന്ന ഡോക്ടർ സ്വപ്നത്തിലെന്നപോലെ കടന്നുപോയി.

ഞാൻ മറ്റൊരു സിഗരറ്റ് കത്തിച്ചു. ഈ അന്യനോട് ഞാനെന്തിനാണ് പിച്ചയെടുത്ത് തിന്ന കാര്യമൊക്കെ പറഞ്ഞത്? ഇവന്റെ മനസ്സിൽ എന്നെ

പ്പറ്റി എന്ത് ചിത്രമാ ഉണ്ടാവുക? തീർച്ചയായും എല്ലാ മതിപ്പും പോയിട്ടു ണ്ടാവും. അയാൾക്ക് തന്നെപ്പറ്റി ഒരു മതിപ്പും ഇല്ല. ഇപ്പോൾ എന്നെ അയാൾ തന്നെപ്പോലെ ഒരാളായി കരുതിയിട്ടുണ്ടാവും.

സിഗരറ്റ് വായിലിരുന്ന് കയ്പുണ്ടാക്കി. അത് വലിച്ചെറിഞ്ഞിട്ട് കാർക്കിച്ചു തുപ്പി. എന്റെ ജീവിതത്തിൽ ഇത്രയും സിഗരറ്റ് ഞാൻ വലിച്ചി ട്ടില്ല. ഞാനിവിടെ എന്താണ് ചെയ്തുകൊണ്ടിരിക്കുന്നത് എന്ന് ഒരു ക്ഷണം ഞെട്ടലോടെ ഓർത്തു. എന്റെ കാർ ഇവിടെ നിൽക്കുന്നത് ഇതിനകം നൂറുകണക്കിനാളുകൾ കണ്ടുകഴിഞ്ഞിട്ടുണ്ടാകും. നൂറുകണക്കി നാളുകൾ പരിഹാസച്ചിരിയോടെ മറ്റുള്ളവരെ നോക്കിയിട്ടുണ്ടാകും.

സിവിൽ സർവീസിനുള്ള ഇന്റർവ്യൂവിൽ ഞാനിരുന്നപ്പോൾ ആദ്യത്തെ ചോദ്യം തന്നെ എന്റെ ജാതിയെപ്പറ്റിയായിരുന്നു. അത് ഞാൻ പ്രതീക്ഷിച്ചതുമായിരുന്നു. വിയർത്ത കൈപ്പത്തികളെ മേശപ്പുറത്ത് പരന്നിരുന്ന കണ്ണാടിയിൽ ഉരസിക്കൊണ്ട്, ഹൃദയമിടിപ്പു കേട്ടുകൊണ്ട്, ഞാൻ കാത്തിരുന്നു. എ.സി.യുടെ 'ർർ' ശബ്ദം. കടലാസുകൾ മറിയുന്ന ശബ്ദം. കടലാസുകൾ മറിയുന്നതുപോലെ അധികാരത്തെ ഓർമിപ്പിക്കുന്ന മറ്റൊരു ശബ്ദമില്ല. വളരെ പതിഞ്ഞ ശബ്ദം. മർമരം. പക്ഷെ, അതിനെ നമ്മുടെ ആത്മാവ് കേൾക്കും. ഒരാൾ അനങ്ങിയപ്പോൾ കറങ്ങുന്ന കസേര ശബ്ദിച്ചു. അയാൾ വീണ്ടും എന്റെ കടലാസുകൾ നോക്കിയിട്ട് 'നിങ്ങളുടെ ജാതി.... മ്മ്' എന്ന് സ്വയം പറഞ്ഞ് 'ഗോത്രവർഗത്തിൽ നായാടി' എന്നു വായിച്ച് നിവർന്ന് 'വെൽ' എന്നു പറഞ്ഞു.

ഞാൻ വിറങ്ങലിച്ച് കുത്തിയിരുന്നു.

'നിങ്ങൾ മലയിൽ ജീവിക്കുന്നവരാണോ?'

ഞാൻ 'അല്ല' എന്നു പറഞ്ഞു.

'എന്താണ് നിങ്ങളുടെ പ്രത്യേകത?'

ഞാൻ തിരുവിതാംകൂർ സ്റ്റേറ്റ് മാന്വലിൽ എന്റെ ജാതിയെപ്പറ്റി പറഞ്ഞിട്ടുള്ള ഭാഗം മനപ്പാഠമായിട്ട് പറഞ്ഞു. 'നായാടികൾ അലഞ്ഞു തിരിയുന്ന കുറവരാണ്. ഇവരെ കണ്ടാൽത്തന്നെ അയിത്തമാണ് എന്നായി രുന്നു വിശ്വാസം. അതുകൊണ്ട് പകൽവെട്ടത്തിൽ സഞ്ചരിക്കാ നുള്ള അവകാശം ഇവർക്കില്ലായിരുന്നു. ഇവരെ നേർക്കുനേർ കണ്ടാൽ ഉടൻതന്നെ ഉയർന്ന ജാതിക്കാർ ഒച്ചയും ബഹളവും ഉണ്ടാക്കി ആളെക്കൂട്ടി ചുറ്റിവളച്ച് കല്ലെടുത്തെറിഞ്ഞ് കൊല്ലുകയാണ് പതിവ്. അതുകൊണ്ട് ഇവർ പകൽ മുഴുവൻ കാടിന്റെയുള്ളിൽ ചെടികളുടെ ഇടയ്ക്ക് കുഴിതോണ്ടി അതിൽ കുഞ്ഞു കുട്ടികളോടെ പന്നികളെപ്പോലെ ഒളിച്ചിരിക്കുകയാണ് പതിവ്. രാത്രി പുറത്തേക്കിറങ്ങി ചെറുപ്രാണികളെയും പട്ടികളെയും നായാടി

പ്പിടിക്കും. ഇവർ മൂധേവിയുടെ അംശമുള്ളവരാണെന്ന വിശ്വാസം ഉള്ളതുകൊണ്ട് ഇവർക്ക് തവിട്, എച്ചിൽ ഭക്ഷണം, ചീഞ്ഞ വസ്തുക്കൾ തുടങ്ങിയവ ചിലർ വീട്ടിന് വളരെ അകലെ കൊണ്ടുവയ്ക്കുന്ന പതിവുണ്ട്. ഇവർ കൈയിൽ കിട്ടുന്ന എന്തും തിന്നും. പുഴുക്കൾ, എലികൾ, ചത്തു പോയ ജീവികൾ എല്ലാം ചുട്ടുതിന്നും. മിക്കവാറും പച്ചക്കറികളും കിഴങ്ങു വർഗങ്ങളും പച്ചയായിത്തന്നെ കഴിക്കും. പൊതുവെ ഇവർ കുറിയ കറുത്ത മനുഷ്യരാണ്. നീളമുള്ള വെളുത്ത പല്ലുകളും വലിയ വെളുത്ത കണ്ണുകളും ഉള്ളവർ. ഇവരുടെ ഭാഷ പഴന്തമിഴാണ്. ഇവർക്ക് ഒരു കൈത്തൊഴിലും അറിയില്ല. ഇവരുടെ കൈയിൽ സ്വന്തമായി യാതൊരു വസ്തുക്കളും ഉണ്ടായിരിക്കില്ല. ഇവർക്ക് സ്ഥിരമായ പാർപ്പിടം ഇല്ല എന്നതുകൊണ്ടു തന്നെ ഇവരെ ഒരിടത്തും സ്ഥിരമായി കാണാൻ കഴിയുകയില്ല. തിരുവിതാം കൂറിൽ ഇവർ എത്ര പേരാണ് ഉള്ളത് എന്ന് കൃത്യമായി പറയാൻ കഴിയില്ല. ഇവരെക്കൊണ്ട് സർക്കാറിന് യാതൊരു വരുമാനവും ഇല്ല.'

മറ്റൊരാൾ എന്നെ ശ്രദ്ധിച്ചുനോക്കി. 'നിങ്ങളുടെ ജാതി ഇപ്പോൾ എങ്ങനെയുണ്ട്? മുന്നോട്ടു വന്നിട്ടുണ്ടോ?' എന്നു ചോദിച്ചു.

'ഇല്ല. മിക്കവാറും എല്ലാവരും തന്നെ ഇപ്പോഴും ഭിക്ഷയെടുത്താണ് കഴിയുന്നത്. തെരുവിലാണ് ജീവിക്കുന്നത്... നഗരങ്ങൾ ഉണ്ടായപ്പോൾ അവർ നഗരത്തിലെത്തി. അവിടെയുള്ള തെരുവുജീവികളിൽ ലയിക്കുക യാണുണ്ടായത്. മിക്കാവാറുമാളുകൾ ഇന്നു തമിഴ്നാട്ടിലാണ്.'

അയാൾ കണ്ണുകൾ എന്നിൽ തറപ്പിച്ച് 'താങ്കൾ വന്നിട്ടുണ്ടല്ലോ?' എന്നു ചോദിച്ചു. 'താങ്കൾ സിവിൽ സർവീസ് എഴുതി ജയിച്ചിരിക്കുന്നു. അയാൾ എന്നെ നോക്കി 'നിങ്ങൾ ഇതാ ഇവിടെ വന്ന് ഇരിക്കുകയും ചെയ്യുന്നു.'

ഞാൻ ചലനമില്ലാത്ത മുഖത്തോടെ, 'എനിക്കൊരു വലിയ മനുഷ്യ ന്റെ സഹായം കിട്ടി' എന്നു പറഞ്ഞു.

അയാൾ പുഞ്ചിരിയോടെ 'അംബേദ്കറിന് കിട്ടിയതുപോലെ?' എന്നു ചോദിച്ചു.

ഞാൻ തറപ്പിച്ചു പറഞ്ഞു. 'അതെ സാർ, അംബേദ്കറിന് കിട്ടിയതു പോലെ തന്നെ.'

ഏതാനും സെക്കന്റുകൾ നിശ്ശബ്ദത. മൂന്നാമത്തെയാൾ എന്നോട് 'ഇനിയൊരു ഊഹച്ചോദ്യം. നിങ്ങൾ ഓഫീസറായി പണിയെടുക്കുന്ന സ്ഥലത്ത് നിങ്ങൾ വിധി പറയേണ്ട ഒരു കേസിൽ ഒരു ഭാഗത്ത് ന്യായവും മറുഭാഗത്ത് ഒരു നായാടിയും ഇരുന്നാൽ നിങ്ങൾ എന്തു തീരുമാനമാണ് എടുക്കുക?'

എന്റെ ചോര മുഴുവൻ തലയ്ക്കകത്തേക്കു കയറി. കണ്ണുകളിൽ കാതുകളിൽ വിരൽത്തുമ്പുകളിൽ ഒക്കെ ചൂടുള്ള ചോര ഇരച്ചു പാഞ്ഞു. മറ്റുള്ളവരും ആ ചോദ്യം കൊണ്ട് വല്ലാതെ ഉന്മേഷവാന്മാരായി എന്നു കസേരകൾ അനങ്ങിയതിലൂടെ ഞാൻ മനസ്സിലാക്കി. ഞാൻ പറയേണ്ട ഉത്തരമേതാണ് എന്ന് എനിക്ക് നന്നായി അറിയാം. പക്ഷെ, ഞാനിപ്പോൾ ഓർത്തത് സ്വാമി പ്രജാനന്ദനെയാണ്.

ഉറച്ച ശബ്ദത്തിൽ 'സർ, ന്യായം എന്നുവെച്ചാലെന്താണ്?' എന്നു ഞാൻ പറഞ്ഞു. 'വെറും നിയമങ്ങളും സമ്പ്രദായങ്ങളുമാണോ ന്യായത്തെ തീരുമാനിക്കേണ്ടത്? ന്യായം എന്നു പറഞ്ഞാൽ അതിന്റെ കാതലായി ഒരു ധർമം ഉണ്ടായിരിക്കണം. ധർമങ്ങളിൽ ഏറ്റവും വലുത് സമത്വം തന്നെ. അതാണ് ഏറ്റവും വിശുദ്ധമായത്. ഒരു നായാടിയെയും മറ്റൊരു മനുഷ്യനെയും രണ്ടുവശത്തും നിർത്തുകയാണെങ്കിൽ സമത്വം എന്ന ധർമ്മത്തിന്റെ അടിസ്ഥാനത്തിൽ ആ ക്ഷണം തന്നെ നായാടി അനീതിക്കിരയായവനായി മാറിക്കഴിഞ്ഞു. അവൻ എന്തു ചെയ്തിട്ടുണ്ടെങ്കിലും അവൻ നിരപരാധിയാണ്.'

ശരീരങ്ങൾ അയഞ്ഞപ്പോൾ കസേരകൾ പിന്നെയും ശബ്ദിച്ചു. ചോദിച്ചയാൾ ഒന്നു മുന്നോട്ടാഞ്ഞു.

'അത് കൊലപാതകമാണെങ്കിലോ? മിസ്റ്റർ ധർമപാലൻ, കൊലപാതകമാണെങ്കിൽ നിങ്ങൾ എന്തു പറയും?'

എനിക്ക് അപ്പോളത് പറയാതിരിക്കാനായില്ല.

'സർ, കൊലപാതകം തന്നെയായാലും ഒരു നായാടി തന്നെയാണ് നിരപരാധി... അവനോടു തന്നെയാണ് അനീതി കാട്ടിയിട്ടുള്ളത്.'

ഏതാണ്ട് അഞ്ച് നിമിഷത്തോളം മുറിയിൽ നിശ്ശബ്ദതയായിരുന്നു. കടലാസുകൾ മറിയുന്ന ശബ്ദം. പിന്നെ ചെറിയൊരു നെടുവീർപ്പോടെ ആദ്യം ചോദ്യങ്ങൾ ചോദിച്ചയാൾ ഒന്നുരണ്ട് പൊതുവായ ചോദ്യങ്ങൾ ഉന്നയിച്ചു. ഇന്റർവ്യൂ തീർന്നു. എന്റെ വിധി എഴുതപ്പെട്ടു കഴിഞ്ഞു എന്നാണ് ഞാൻ കരുതിയത്. പക്ഷെ, മനസ്സിന്റെയുള്ളിൽ ഒരു നിറവിന്റെ ഭാരമുണ്ടായിരുന്നു. താഴത്തേക്കു പോയി മൂത്രമൊഴിച്ചപ്പോൾ ശരീരത്തിന്റെയുള്ളിൽ നുരച്ചു പതഞ്ഞ അമ്ലം തന്നെ ഒഴുകിയിറങ്ങുകയാണെന്നു തോന്നി. കൈയും കാലും മുഖവും മെല്ലെ തണുത്തു. ഞാൻ കണ്ണാടി നോക്കി മുഖം കഴുകി തല ചീകി. എന്റെ മുഖം കണ്ടപ്പോൾ അതിലുണ്ടായിരുന്ന വെപ്രാളത്തെക്കണ്ട് എനിക്കുതന്നെ ചിരിവന്നു.

നേരെ കാന്റീനിലേക്ക് ചെന്ന് ഒരു കോഫി വാങ്ങി എടുത്തുകൊണ്ട് കണ്ണാടി ജനാലയുടെ അടുത്തുള്ള മേശയിൽ ചെന്നിരുന്ന് പതുക്കെ

മൊത്തിക്കുടിച്ചു. താഴെ കാറുകൾ കൂറകൾപോലെ ഓടി. മനുഷ്യർ ചെറിയ ചുവന്ന പ്രാണികൾ പോലെ നടന്നു. മനുഷ്യൻ നടക്കുന്നതു കണ്ടാൽ തോന്നിപ്പോകും, എത്ര അറപ്പുണ്ടാക്കുന്ന ചലനമാണ് ഈ മൃഗത്തിന് എന്ന്. നായും കാളയും പൂച്ചയുമൊക്കെ എത്ര ഗാംഭീര്യമുള്ള നടത്തമുള്ളവ. റോഡിൽ പോയ ഒരു കാറിന്റെ കണ്ണാടിയുടെ പ്രതിഫലനം എന്റെ കണ്ണുകളെ വാളുപോലെ വെട്ടിമറഞ്ഞു. എന്റെ മുന്നിൽ ഒരാൾ വന്നിരുന്നു. ആദ്യം ഞാനയാളെ മനസ്സിലാക്കിയില്ല. അത് എന്നെ ഇന്റർവ്യൂ ചെയ്ത ആളായിരുന്നു.

'അയാം സെൻഗുപ്ത' അയാൾ പറഞ്ഞു.

ചായക്കോപ്പ ഒന്നു ചുഴറ്റിയിട്ട് കുടിക്കുന്നത് ബംഗാളികളുടെ ശീലമാണ്.

'വൈകുന്നേരം വരെ ഇന്റർവ്യൂ ഉണ്ട്. ഒരു ചെറിയ ഇടവേള.'

ഞാൻ അയാളെ നോക്കി. എന്താണ് അയാളുടെ ഉദ്ദേശ്യം?

'നിങ്ങൾ തിരഞ്ഞെടുക്കപ്പെട്ടിട്ടുണ്ട്. ഒരാളൊഴിച്ച് മറ്റുള്ളവർ മുഴുവൻ നല്ല മാർക്കാണ് തന്നിട്ടുള്ളത്.'

ഞാൻ ഒട്ടും പ്രതീക്ഷിച്ചിരുന്നില്ല. എങ്ങനെയാണ് പ്രതികരിക്കുന്നത് എന്നറിയാതെ വെറുതെ മിഴിച്ചുനോക്കി.

'ഇതിപ്പോൾ സർക്കാർ രഹസ്യമാണ്. നിങ്ങളെ കണ്ടതുകൊണ്ടു പറഞ്ഞുപോയതാണ്.'

ഞാൻ 'നന്ദി സാർ' എന്നു പറഞ്ഞു.

'സാരമില്ല, ഞാൻ ആ ചോദ്യം ചോദിച്ചത് വെറുമൊരു കുസൃതി കൊണ്ട് മാത്രമാണ്. അത്തരം ചോദ്യങ്ങളാണ് എല്ലാവരോടും ഉണ്ടാവുക. അതിനുള്ള ഉത്തരവും എല്ലാവർക്കും അറിയാം. സത്യം, ധർമം, സേവനം, രാഷ്ട്രനന്മ... എല്ലാ ചവറും നമുക്ക് വേണമല്ലോ...' അയാൾ ചായ കുടിച്ചു.

'നിങ്ങൾ പറഞ്ഞ ഉത്തരം മാനേജ്മെന്റ് എതിക്സ് വെച്ച് നോക്കിയാൽ വളരെ തെറ്റാണ്. പക്ഷെ, നിങ്ങളത് വളരെ ആത്മാർത്ഥമായിട്ടാ പറഞ്ഞത്. വളരെ നല്ല വാക്കുകളിൽ പ്രകടിപ്പിക്കുകയും ചെയ്തു.' അയാൾ പുഞ്ചിരിച്ചു. 'ഞാനൊഴിച്ച് മറ്റൊരാളും നല്ല മാർക്കിടില്ല എന്നാണ് ഞാൻ കരുതിയത്. പക്ഷെ, ഒരാളൊഴിച്ച് എല്ലാവരും നല്ല മാർക്കിട്ടിരുന്നു. പെട്ടന്നയാൾ പൊട്ടിച്ചിരിച്ചു. 'ഞാൻ നല്ല മാർക്കിട്ടതിന്റെ അതേ കാരണം കൊണ്ടു തന്നെ എന്നു തോന്നുന്നു.

എന്താണ് എന്ന് ഞാൻ നോക്കി. എന്നെപ്പറ്റി ഒരു ചിത്രം ഉണ്ടാക്കാൻ തന്നെ. എന്നെ ഒരു മനുഷ്യസ്നേഹിയായിട്ടും പുരോഗമനവാദിയായിട്ടും

ആധുനിക മനുഷ്യൻ എന്നും അവർ വിചാരിക്കണമെന്നല്ലേ എനിക്കു ചിന്തിക്കാൻ പറ്റൂ... ഞാനെന്തുകൊണ്ട് മതചിഹ്നങ്ങൾ ധരിക്കുന്നില്ല? എന്തുകൊണ്ട് മാടിന്റെ മാംസം തിന്ന് മദ്യം കഴിക്കുന്നു? ഒക്കെ ഇതിനുവേണ്ടി തന്നെ. ബംഗാളിക്കും പഞ്ചാബിക്കും ഇതൊക്കെ കൂടിയേ തീരൂ. പക്ഷെ, യാദവിന് ഒരു പ്രശ്നവുമില്ല. യാതൊരു ചമ്മലും കൂടാതെ അയാൾക്ക് പിന്തിരിപ്പൻ വർഗീയവാദിയായി തുടരാനാവും...' ശേഷിച്ച ചായ കുടിച്ചിട്ട് 'ഓക്കെ' എന്നു പറഞ്ഞ് സെൻഗുപ്ത എഴുന്നേറ്റു. ഞാൻ 'നന്ദി' എന്നു പറഞ്ഞു.

'നിങ്ങൾക്ക് എന്തു പ്രശ്നമുണ്ടെങ്കിലും എന്നെ ബന്ധപ്പെടുക. ഞാനും കഴിയുന്നത്ര പുരോഗമനവാദിയായിത്തന്നെ കഴിയാനാ ഉദ്ദേശിക്കുന്നത്. പെട്ടെന്ന് പൊട്ടിച്ചിരിച്ച് 'എന്നുവച്ചാ നിങ്ങൾ വന്ന് എന്റെ മോളെ പെണ്ണുചോദിക്കുന്ന ഘട്ടത്തിന് മുമ്പ് വരെ' ഞാനും ചിരിച്ചുപോയി.

സെൻഗുപ്ത കനത്ത കഴുത്തും കൊഴുത്ത കവിളുകളും ഉള്ള തുടുത്ത മനുഷ്യൻ. മലേഷ്യക്കാരനാണോ എന്നു തോന്നിപ്പോകും.

'ചെറുപ്പക്കാരാ നീ ധാരാളം പ്രശ്നങ്ങൾ അഭിമുഖീകരിക്കേണ്ടിവരും. ഈ പണിക്ക് വന്നതിൽ നീ ചിലപ്പോൾ ദുഃഖിക്കും. എങ്കിലും അഭിവാദ്യങ്ങൾ. അനുമോദനങ്ങൾ'.

പോകുന്ന വഴിക്ക് തിരിഞ്ഞ് 'നിന്നെ ആരാണ് പഠിപ്പിച്ചത്?' എന്നു ചോദിച്ചു.

'സ്വാമി പ്രജ്ഞാനന്ദൻ. നാരായണഗുരുവിന്റെ ശിഷ്യനാണ്...'

സെൻഗുപ്ത കണ്ണുകൾ ചുരുക്കി 'നേർശിഷ്യനാണോ?' എന്നു ചോദിച്ചു.

'അല്ല, നാരായണഗുരുവിന്റെ ശിഷ്യനായ ഏണസ്റ്റ് ക്ലേർക്കിന്റെ ശിഷ്യനാണ്.'

സെൻഗുപ്ത മടങ്ങിവന്നു. 'ഏണസ്റ്റ് ക്ലേർക്ക്... സായിപ്പാണോ?

ഞാൻ 'അതെ' എന്നു പറഞ്ഞു. 'ബ്രിട്ടീഷുകാരനാണ്. തിയോസഫിക്കൽ സൊസൈറ്റിയിലായിരുന്നു. പിന്നെ വർക്കലയിലേക്ക് വന്ന് നാരായണഗുരുവിന്റെ ശിഷ്യനായി. ഗുരു സമാധിയായതിനുശേഷം തിരുവനന്തപുരത്ത് നാരായണ മന്ദിർ എന്നൊരു സ്ഥാപനം നടത്തിയിരുന്നു. വേദാന്തത്തിനുവേണ്ടി 'ലൈഫ്' എന്നൊരു പ്രസിദ്ധീകരണവും കൊണ്ടുവന്നിരുന്നു... 1942ൽ കോയമ്പത്തൂരിലേക്കു പോയി അവിടെ നാരായണഗുരുവിന്റെ പേരിൽ ഒരു ആശ്രമം നടത്തി. പിന്നെ വാർത്തയൊന്നും ഇല്ല.'

സെൻഗുപ്ത 'എനിക്ക് വേദാന്തത്തിൽ ചെറിയ ഒരു താൽപര്യം ഉണ്ട്.

വിവേകാനന്ദൻ എന്റെ സ്വന്തം ഗ്രാമത്തിലാണ് ജനിച്ചത്' എന്നു പറഞ്ഞു.

'പ്രജാനന്ദസ്വാമി ക്ലേർക്കിന്റെ ഒപ്പം തിരുവനന്തപുരം ആശ്രമത്തിലുണ്ടായിരുന്നു. ക്ലേർക്ക് കോയമ്പത്തൂരിലേക്കു പോയതിനുശേഷം കുറേ ദിവസം അദ്ദേഹം ആ സ്ഥാപനത്തെ നടത്തി' യെന്നു ഞാനും.

'പ്രജാനന്ദൻ ഇപ്പോഴുണ്ടോ?' സെൻഗുപ്ത ചോദിച്ചു.

'ഇല്ല. സമാധിയായി. 1892'

സെൻഗുപ്ത 'ഓ' എന്നു പറഞ്ഞു.

'അദ്ദേഹത്തിന്റെ ശരിക്കുള്ള പേര് കേശവപ്പണിക്കർ എന്നാണ്. ഏണസ്റ്റ് ക്ലേർക്കാണ് അദ്ദേഹത്തിനു കാഷായം കൊടുത്ത് പ്രജാനന്ദനാക്കിയത്.'

സെൻഗുപ്ത 'ക്ലേർക്ക് സന്ന്യാസിയായിരുന്നോ?' എന്നു ചോദിച്ചു.

'അതെ, നാരായണഗുരുവിന്റെ ഏക അന്യനാട്ടു ശിഷ്യൻ അദ്ദേഹമാ... പലരുടെയും പേരുമാറ്റിയ ഗുരു ക്ലേർക്കിന്റെ പേരുമാത്രം മാറ്റിയില്ല.'

'അതൊരു ആശ്ചര്യം തന്നെ' സെൻഗുപ്ത പറഞ്ഞു.

'നാരായണഗുരുവിനെപ്പറ്റി ഞാൻ ധാരാളം വായിച്ചിട്ടുണ്ട്' സെൻഗുപ്ത പറഞ്ഞു. 'ശരി, എന്നാൽ കാണാം.' എന്ന് ഒന്നു നടന്നിട്ട് മടിച്ചുനിന്ന് 'പക്ഷെ...' എന്നു പറഞ്ഞു.

'സാർ?' ഞാൻ ചോദിച്ചു.

'അല്ല... ഒക്കെ.'

'പറയൂ സാർ'

'അല്ല, എനിക്ക് നിന്നെ വിഷമിപ്പിക്കാൻ താൽപര്യമില്ല.'

'ഇല്ല സാർ, പറയൂ...'

'അല്ല നിനക്ക് ഒരു നല്ല അധ്യാപകനാവാമായിരുന്നു. നല്ല ഡോക്ടാറാവാമായിരുന്നു. നല്ല രാഷ്ട്രീയക്കാരൻപോലും ആകാമായിരുന്നു. ഇതു നല്ല രംഗമാണോ എന്ന് എനിക്ക് സംശയമുണ്ട്. നീ വിചാരിക്കുന്നതുപോലൊന്നുമല്ല ഇത്. എന്നാൽ കാണാം.' പെട്ടെന്നു എന്റെ കൈ പിടിച്ചു കുലുക്കിയിട്ട് നേരെ ലിഫ്റ്റിലേക്ക് നടന്നുപോയി അയാൾ.

സെൻഗുപ്ത എന്താണ് പറഞ്ഞത് എന്ന് ഞാൻ അതിനുശേഷം ഓരോ ദിവസവും അറിയുകയായിരുന്നു. എങ്ങും എപ്പോഴും ഞാൻ വെളിയിൽ നിർത്തപ്പെട്ടു. ഐ.എ.എസ് ട്രെയിനിംഗ് എന്നത് ഒരു സാധാരണ മനുഷ്യന് 'ഞാൻ ഭരിക്കാൻ വേണ്ടി ജനിച്ചവൻ' എന്ന് മിഥ്യാധാരണയെ ഉണ്ടാക്കാനുള്ളതു മാത്രമാണ്. പക്ഷെ, എന്നോട് ആരും അതു പറഞ്ഞില്ല.

എന്നോടു പറഞ്ഞ ഓരോ വാക്കിനും 'നീ അതല്ല' എന്നു മാത്രമായിരുന്നു പൊരുൾ. ഞങ്ങളുടെ കരുണ കൊണ്ട്, ഞങ്ങളുടെ നീതിബോധം കൊണ്ട്, നീ ഇവിടെ വന്നു ഞങ്ങളുടെ ഒപ്പം ഇരിക്കുന്നു. അതിനാൽ ഞങ്ങൾക്ക് ആശ്രിതനായിരുന്നു കൊള്ളുക. ഞങ്ങളോട് നന്ദിയോടിരിക്കുക.

ഞാൻ തമിഴ്നാട്ടിലേക്കു നിയമിക്കപ്പെട്ടു. ആദ്യത്തെ ദിവസം തന്നെ ഞാൻ ആരാണെന്ന് അവരെന്നോടു പറഞ്ഞു. തലേന്നാൾ ഞാൻ എന്റെ മേലധികാരിയെക്കണ്ട് സംസാരിച്ചിട്ടു മടങ്ങുമ്പോൾ എന്റെ മുറി കണ്ടിരുന്നു. പിറ്റേദിവസം ഞാൻ എന്റെ മുറിയിലേക്ക് കടക്കുമ്പോൾ പുതിയ കസേരയാണു കണ്ടത്. മുമ്പ് അവിടെയുണ്ടായിരുന്ന പൊക്കം കൂടിയ സിംഹാസനം പോലുള്ള കസേര നീക്കം ചെയ്യപ്പെട്ടിരുന്നു. ഒരു പഴയ കസേരയായിരുന്നു ഉണ്ടായിരുന്നത്. പലരും ഇരുന്നു തളർന്ന ചൂരൽക്കസേരയിൽ ഇരിക്കുമ്പോൾ എന്റെ ദേഹം വിറയ്ക്കുകയായിരുന്നു. ആ പഴയ കസേരയെപ്പറ്റി ചോദിക്കാൻ വെമ്പിയ നാവിൽ ഞാൻ എന്റെ മുഴുവൻ മനഃശക്തിയെയും ചെലുത്തി അടക്കിപ്പിടിച്ചു.

അൽപസമയം കഴിഞ്ഞ് അകത്തേക്ക് വന്ന് എനിക്കു നമസ്കാരം പറഞ്ഞ ഓരോരുത്തരുടെ കണ്ണിലും ഞാൻ കണ്ടത് ഒറ്റവാക്കാണ്.

'നീ അതാണ്.

എനിക്ക് എന്റെ കസേരയ്ക്കായി പൊരുതാമായിരുന്നു. അതവർ എന്റെ അൽപത്തരമായി വ്യാഖ്യാനിക്കും. ഞാൻ അതു കണ്ടില്ലെന്നു നടിച്ചു. അതിനെ അവർ എന്റെ ബലഹീനതയായിട്ട് മനസ്സിലാക്കി. ഞാൻ പെൻഡുലം പോലെനിന്ന് ഊഞ്ഞാലിലാടി. പിന്നെ അതിനെപ്പറ്റി ചോദിക്കാൻ തീരുമാനിച്ചു. ഹെഡ്ക്ലാർക്കിനെ എന്റെ മുറിയിലേക്ക് വരുത്തി. അയാളുടെ കണ്ണുകൾ കണ്ടപ്പോൾത്തന്നെ ഞാനറിഞ്ഞു. അതയാളെടുത്ത തീരുമാനമല്ല. അയാൾ ഒരു വ്യക്തിയല്ല. ആ ചെറിയ കണ്ണുകളിൽ ഒരു ചെറിയ ചിരി മിന്നിമാഞ്ഞുവോ അതോ അതെന്റെ ഭാവനയായിരുന്നോ? പക്ഷെ, പിന്നീട് എന്റെ ജീവിതത്തിലൊരിക്കലും അതിൽ നിന്ന് ഞാൻ മോചിതനായില്ല.

രണ്ട്

ആംബുലൻസിൽ അമ്മയെ കയറ്റി ഗോപാലപിള്ളയുടെ ആശുപത്രിയിലേക്ക് കൊണ്ടുപോയി. ചെറുപ്പക്കാരനായ ഡോക്ടർ ആംബുലൻസിൽ തന്നെ കയറി. ഞാൻ മാണിക്യത്തിനോട് 'ശരി കാണാം' എന്നു പറഞ്ഞു.

'ഞാനും വരാം സാർ. അവിടെ ഒരു റിപ്പോർട്ട് ചോദിക്കും.'

അയാളെ ഞാൻ കയറ്റി.

'യൂറിൻ മുഴുവൻ പുറത്തെടുത്തു കഴിഞ്ഞു സാർ. കിഡ്നി വർക്കു ചെയ്യുന്നതായിട്ടേ തോന്നുന്നില്ല. ഒരുപാട് ദിവസം എവിടെയോ കടുത്ത പനിയോടെ കിടന്നിട്ടുണ്ടാകണം...'

ഞാൻ ഒരു സിഗരറ്റ് കത്തിച്ചു.

ആശുപത്രിയിൽ അമ്മയെ കയറ്റിയപ്പോഴാണ് ഞാൻ ശ്രദ്ധിച്ചത് വയറ് നന്നേ ചെറുതായിട്ടുണ്ടായിരുന്നു. വെളുത്ത വസ്ത്രം ധരിച്ചിരുന്നു. അതിൽ ചോരയോ മലമോ മഞ്ഞനിറത്തിൽ നനഞ്ഞു കൊണ്ടിരുന്നു. ഡോക്ടർമാർ ഇറങ്ങി ഓടി അവിടെയുണ്ടായിരുന്ന ഡ്യൂട്ടി ഡോക്ടറോട് കാര്യങ്ങൾ പറഞ്ഞു മനസ്സിലാക്കി. അമ്മയെ അവർ ഇന്റൻസീവ് കേറിലേക്ക് കൊണ്ടുപോയി. ഞാൻ റിസപ്ഷനിൽ കാത്തിരുന്നു. ഒരു മണിക്കൂർ കഴിഞ്ഞപ്പോൾ ഡോക്ടർ ഇന്ദിര എന്നെ അവരുടെ മുറിയിലേക്ക് വിളിച്ചു.

ഞാൻ ഇരുന്നതും 'സീ, ഞാൻ ഒന്നും പറയാനില്ല. മാണിക്യം പറഞ്ഞിട്ടുണ്ടാവും. ഒട്ടും പ്രതീക്ഷിക്കേണ്ട. അവർ ഏതാണ്ട് മരിച്ചു കഴിഞ്ഞു' എന്നു പറഞ്ഞു.

ഞാൻ തലകുലുക്കി.

‘നോക്കട്ടെ, ഒന്ന് ഓർമ തെളിഞ്ഞാൽ യോഗമുണ്ടെന്ന് അർത്ഥം. അവർക്ക് മാനസികരോഗം ഉണ്ടായിരുന്നോ?’

ഞാൻ ‘അതെ’ എന്ന് തലകുലുക്കി.

‘ചിലപ്പോൾ ഒടുവിൽ കുറച്ച് സമയം മാനസികഭ്രമങ്ങൾ തെളിയാറുണ്ട്. നമുക്ക് നോക്കാം...’

രാത്രിയായി. ഞാൻ എഴുന്നേറ്റു.

‘ഇവിടെ ആരും വേണമെന്നില്ല, എന്തെങ്കിലുമുണ്ടെങ്കിൽ ഞാൻ ഫോൺ ചെയ്യാം’ ഡോക്ടർ പറഞ്ഞു.

ഞാൻ തലകുലുക്കി. പുറത്തു മാണിക്യം നിന്നിരുന്നു.

‘ഞാൻ സ്റ്റീഫനോട് ഇവിടെ നിൽക്കാൻ പറഞ്ഞു സാർ. അവൻ നോക്കിക്കൊള്ളും’.

‘ഇല്ല മാണിക്യം അയാൾ പോയ്ക്കോട്ടെ. ഇവിടെയുള്ളവർ തന്നെ നോക്കിക്കോളും.’ ഞാൻ പറഞ്ഞു.

കാറിൽ കയറിയപ്പോഴാണ് കഴിഞ്ഞ മൂന്നു മണിക്കൂർ നേരമായിട്ട് ഞാൻ ചായപോലും കുടിച്ചില്ലാന്ന് ഓർത്തത്. ഉടൻ തന്നെ വിശക്കാൻ തുടങ്ങി.

വീട്ടിൽ കാർ ഗറാഷിൽ നിർത്തിയിട്ട് അകത്തേക്കു പോയപ്പോൾ സുധ ‘എന്താ? വൈകുന്ന കാര്യം പറഞ്ഞതേയില്ല?’ എന്നു ചോദിച്ചുകൊണ്ട് വന്നു. ഞാൻ ഒന്നും പറയാതെ സോഫയിലിരുന്ന് ബൂട്സുകൾ ഊരി.

‘ഊണ് കഴിക്കുന്നില്ലേ?’

‘ഇല്ല... കുളിച്ചിട്ടു വരാം.’

അവളോട് എങ്ങനെ പറഞ്ഞുതുടങ്ങുമെന്ന് ഒരു പിടിയുമില്ല. വസ്ത്രങ്ങൾ ഊരി അഴുക്കുപെട്ടിയിലിട്ടിട്ട് നേരെ കയറി ഷവറിന്റെ താഴെ നിന്നു. കാലത്തുമുതൽ കണ്ടുവന്ന അഴുക്കുകളിൽ നിന്നു വിട്ടുമാറുന്നതുപോലെ. അഴുക്കുകൾ ചർമമായി മാറിയിരിക്കുന്നു. വെള്ളംകൊണ്ട് കഴുകിക്കഴുകി ഞാൻ എന്നെ വീണ്ടെടുക്കുന്നു. ഈറൻ തൂത്ത് കളഞ്ഞപ്പോൾ മനസ്സ് തെല്ല് ശാന്തമായി എന്നു തോന്നി.

തീൻമേശയിൽ സുധ പാത്രങ്ങൾ എടുത്തുവെച്ച് കഴിഞ്ഞിരുന്നു.

‘നീ കഴിക്കുന്നില്ലേ’

‘ഇല്ല. കുട്ടി ഇത്രനേരം ഉണർന്നിരുന്നു. ഇപ്പഴാ അവൻ ഉറങ്ങിയത്.’

ഞാനിരുന്നതും അവളും ഇരുന്നു. നാഗമ്മ ചൂടോടെ ചപ്പാത്തി കൊണ്ടുവന്നു വെച്ചു. ഞാൻ ഒന്നു മടിച്ച് 'സുധേ' എന്ന് വിളിച്ചു. അവൾ ആ സ്വരമാറ്റം ശ്രദ്ധിച്ചു. 'ഞാനിന്ന് അമ്മയെക്കണ്ടു.'

അവളുടെ കണ്ണുകൾ മീനിന്റെ കണ്ണുകൾ പോലെ ഇമയടക്കാതെ എന്നെ നോക്കി.

'ഇവിടെ ഗവൺമെന്റാശുപത്രിയിൽ... ഭിക്ഷക്കാർക്കുള്ള ഷെഡ്ഡിൽ.' അവളുടെ ചുണ്ടുകൾ മാത്രം ഒന്നനങ്ങി. 'വളരെ മോശപ്പെട്ട സ്ഥിതിയിലാണ്. ഒരുപാട് ദിവസമായി എവിടെയോ കടുത്ത പനിയോടെ കിടന്നതാണ്. എല്ലാ ആന്തരിക അവയവങ്ങളും ചത്തുകൊണ്ടിരിക്കുന്നു.'

'എവിടെ?' അവൾ ചോദിച്ചു. ഞാൻ അവളുടെ നോട്ടത്തിൽ നിന്നും മാറി 'ഗോപാലപ്പിള്ളയിൽ ചേർത്തിരിക്കുന്നു.'

അവൾ ഒന്നും മിണ്ടാതെ ചെരിഞ്ഞ നോട്ടത്തോടെ വെറുതെ ഇരുന്നു.

ഞാൻ എഴുന്നേറ്റു. 'നാഗമ്മേ, സാറിനു പാല്.'

ഞാൻ 'വേണ്ട' എന്നു പറഞ്ഞു.

'കഴിക്കൂ, കാലത്ത് അസിഡിറ്റി കൂടും.' ഞാൻ ഒന്നും മിണ്ടാതെ കിടക്കമുറിയിലേക്കു പോയി. പകുതി മൂടി പ്രേം കിടന്നിരുന്നു. ഞാൻ അവന്റെ അടുത്തു കിടന്ന് അവന്റെ ചെറിയ കാലുകൾ പതുക്കെ തലോടിക്കൊണ്ടിരുന്നു.

സുധ രാത്രിവസ്ത്രത്തോടെ വന്നു. കൈയിൽ പാലുണ്ടായിരുന്നു. 'കുടിക്കൂ' എന്ന് പറഞ്ഞു. എന്റടുത്ത് ടീപോയിൽ ഗ്ലാസുവെച്ചു. കണ്ണാടിയുടെ മുന്നിൽ നിന്ന് തലമുടി ചീകി വലിയ കെട്ടായി ചുരുട്ടിക്കെട്ടി. ഞാൻ അവളുടെ നന്നേ വെളുത്ത പിൻകഴുത്തിലേക്ക് തന്നെ നോക്കുകയായിരുന്നു. 'എന്ത്?' എന്നവൾ ചോദിച്ചു. ഞാൻ 'ഇല്ല' എന്ന് തലയാട്ടിയതിനുശേഷം പാലു കുടിച്ചു. ബാത്ത്റൂമിലേക്കു ചെന്ന് വായ കഴുകി വന്നു. അവൾ എന്റെയടുത്ത് കിടന്ന് ഒന്ന് മറിഞ്ഞ്, 'ഞാനും വരണോ?' എന്നുചോദിച്ചു.

ഞാൻ ഒന്നും മിണ്ടാതെ നോക്കി.

'ഞാൻ വരണമെങ്കിൽ വരാം. പക്ഷെ, എനിക്ക് ഒരു താൽപര്യവും ഇല്ല.'

അവൾ എന്നും വളരെ പ്രയോഗിക ബുദ്ധിയോടെയേ സംസാരിച്ചിട്ടുള്ളൂ.

'എനിക്ക് നാളെ രണ്ട് മീറ്റിംഗുണ്ട്. ഒന്ന് മിനിസ്റ്ററോടാണ്. വരേണ്ടതുണ്ടെങ്കിൽ വരാം.'

ഞാൻ മിണ്ടിയില്ല.

'മിണ്ടാതെയിരുന്നാൽ എന്താണർത്ഥം?'

ഞാൻ 'എനിക്കൊന്നും തോന്നുന്നില്ല' എന്നു പറഞ്ഞു.

'നോക്ക്, ഇതൊരു വലിയ ഇഷ്യുവായിട്ട് മാറ്റിയാൽ നിങ്ങൾക്ക് തന്നെയാണ് പ്രശ്നം. എന്തായാലും അമ്മ ഇന്നോ നാളെയോ പോയേക്കും. അന്തസ്സായിട്ട് വേണ്ടതൊക്കെ ചെയ്ത് കാര്യങ്ങൾ തീർക്കാം. ഞാനും ഒപ്പം അങ്ങോട്ടു വന്ന് ഇതൊരു ഷോവാക്കുകയാണെങ്കിൽ പിന്നെ എല്ലാവർക്കും പ്രശ്നമാ. എല്ലാവരും വന്ന് അന്വേഷിച്ചു തുടങ്ങും...'

ഞാൻ 'ശരി' എന്നു പറഞ്ഞു.

'എന്നാൽ ഉറങ്ങിക്കോളൂ... ഗുളിക വേണമെങ്കിൽ തരാം. ഫോൺ വരികയാണെങ്കിൽ വിളിക്കാം...'

ഞാൻ ഗുളിക എടുത്ത് വിഴുങ്ങി കണ്ണടച്ച് മലർന്നു കിടന്നു.

'ഗുഡ്നൈറ്റ്' എന്നു പറഞ്ഞു സുധ കിടന്നു.

ഞാൻ കണ്ണുതുറക്കാതെ 'ചിലപ്പോൾ അമ്മയ്ക്ക് ഓർമ വന്ന് പ്രേമിനെ കാണണമെന്ന് പറഞ്ഞാലോ...'

സുധ ഉഗ്രമായ കോപത്തോടെ എഴുന്നേറ്റിരുന്നു. 'നോൺസെൻസ്' എന്നു പറഞ്ഞപ്പോൾ അവൾ കിതയ്ക്കുകയായിരുന്നു. 'ലുക്ക്... അവൻ എന്റെ മോനാണ്. ആ പിച്ചക്കാരിയാണ് അവന്റെ മുത്തശ്ശി എന്ന് അവന്റെ മനസ്സിൽ കയറ്റുവാൻ ഞാനൊരിക്കലും സമ്മതിക്കില്ല.'

ഞാൻ ദേഷ്യത്തോടെ, 'നീയെന്താ പറയുന്നത്? അവൻ എന്റെയും മോനാണ്... ആ പിച്ചക്കാരി പെറ്റ കുട്ടിയാ ഞാനും.'

ഞാൻ കോപിച്ചു തുടങ്ങിയാൽ ഉടൻ സമനില വീണ്ടെടുക്കലാണ് സുധയുടെ സ്വഭാവം.

'ഇപ്പഴ് പറഞ്ഞില്ലേ. ഇതാണ് നിങ്ങളുടെ പ്രശ്നം. ഇതൊരു മനോരോഗമാ. നിങ്ങൾക്ക് സ്വന്തം ജാതിയും ചെറുപ്പവും ഒഴിച്ച് ചിന്തിക്കാനേ പറ്റില്ല. ആ ഇൻഫീരിയോരിറ്റി കോംപ്ലക്സാണ് നിങ്ങളുടെ ജീവിതത്തെ നശിപ്പിക്കുന്നത്. ആ കോംപ്ലക്സിനെ കുട്ടിയുടെ മനസ്സിലും കൂടി എന്തിനാണു കടത്തിവിടുന്നത്?'

ഞാൻ തളർന്ന് നെടുവീർപ്പിട്ടു.

'നോക്ക്... ഇപ്പോൾ പോലും നിങ്ങൾക്ക് ഒരു ചെയറിൽ നന്നായി ഇരിക്കുവാനറിയില്ല. നിങ്ങളുടെ പഠിത്തം, അറിവ്, പദവി ഒന്നുകൊണ്ടും ഒരു ഫലവും ഇല്ല. ഒരാളോടും ഉത്തരവിടാൻ പറ്റില്ല. ഒരാളെയും ശാസി ക്കാൻ നാക്ക് പൊങ്ങില്ല. എല്ലാവരും എപ്പോഴും സ്വന്തം മുതുകിന് പിന്നിൽ എന്തോ പറഞ്ഞു ചിരിക്കുകയാണെന്നാ വിചാരം. എന്റെ മോനെങ്കിലും മര്യാദയ്ക്ക് ജീവിക്കട്ടെ. പ്ലീസ്... സില്ലി സെന്റിമെന്റും പറഞ്ഞ് അവന്റെ ജീവിതം പാഴാക്കരുത്...'

ഞാൻ ഒന്നും മിണ്ടാതെ ഉത്തരത്തിലേക്കു നോക്കിക്കിടന്നു. പഴയ കാലത്തെ കെട്ടിടമാണ്. തേക്ക് ഉത്തരങ്ങൾ. ചിലതിൽ വേട്ടാവളി കൂടുകെട്ടി യിട്ടുണ്ടായിരുന്നു.

'പ്ലീസ് ലീവ് ഹിം അലോൺ' സുധ പറഞ്ഞു.

പിന്നെ എന്റെ മാറിൽ കൈവെച്ച് 'പ്ലീസ് അണ്ടർസ്റ്റാന്റ്, ഞാൻ നിങ്ങളെ വ്രണപ്പെടുത്താൻ വേണ്ടി പറഞ്ഞതല്ല.'

ഞാൻ അവളുടെ കൈയുടെ മീതെ എന്റെ കൈവെച്ചു. 'അതെനി ക്കറിയാം.'

അവൾ എന്റെ ദേഹത്ത് ഒന്ന് ചാഞ്ഞ് 'അമ്മ നിങ്ങൾക്കും എനിക്കും വേണ്ടത്ര ചീത്തപ്പേര് ഉണ്ടാക്കിത്തന്നു കഴിഞ്ഞു. എല്ലാവരും വേണ്ടത്ര ചിരിച്ചു കഴിഞ്ഞു. ഇനിയെങ്കിലും നമുക്ക് അതൊക്കെയില്ലാതെ കഴിയാം...'

ഗുളിക പ്രവർത്തിച്ചു തുടങ്ങി. ഉറക്കം എന്റെ തലയിൽ കയറി ഇരുന്നു. 'ശരി...ഓക്കെ' എന്നു ഞാൻ പറയുന്നത് ഞാൻ വളരെ അകലെ നിന്നു കേട്ടു.

കാലത്ത് എന്റെ മനസ്സ് നിശ്ചലമായിരുന്നു. പക്ഷെ, പിന്നീട് ആശുപത്രിയിലേക്ക് ഫോൺ ചെയ്ത് സംസാരിച്ചപ്പോൾ പിന്നെയും തിരകളടിച്ചു തുടങ്ങി. അമ്മയുടെ സ്ഥിതിയിൽ ഒരു മാറ്റവും ഉണ്ടായിരു ന്നില്ല. ഞാൻ ഒമ്പതുമണിക്ക് അങ്ങോട്ടു തിരിച്ചു. എന്റെ കൈകൾ സ്റ്റിയറിം ഗിൽ വഴുതി. കാലുകൾ വിറച്ചുകൊണ്ടിരുന്നു. സുന്ദരരാമസ്വാമിയുടെ വീടിന്റെ മുന്നിലെത്തിയപ്പോൾ അകത്തു കടന്ന് കുറേസമയം സംസാരിക്ക ണമെന്നു തോന്നി. ഒന്നിനും സമനില തെറ്റാത്ത മട്ടും ഭാവവുമാണ് സുന്ദരരാമസ്വാമിക്ക്. അദ്ദേഹം വീടിന്റെ മുന്നിലുള്ള മുറിയിൽ വന്നിരുന്ന് സ്വന്തം സദസ്സിനോട് സംസാരിച്ചിരിക്കുന്ന നേരം. എന്നും ഏഴെട്ടാളുകളെ ങ്കിലും ഉണ്ടാവും. സാഹിത്യം, ചരിത്രം, സിനിമ... മറ്റൊരാളുടെ സംഭാഷണം ശ്രദ്ധിക്കുന്നതിൽ സുന്ദരരാമസ്വാമിക്ക് സമാനമായി മറ്റൊരാളെ ഞാൻ

കണ്ടിട്ടില്ല. ആരൊക്കെയോ തേടിവന്ന് എന്തൊക്കെയോ പരിദേവനങ്ങൾ നടത്തിയിട്ടും അത് ഒട്ടും കുറഞ്ഞിട്ടില്ല.

സുന്ദരരാമസ്വാമിയുടെ വീടിന്റെ ഉള്ളിൽനിന്നും അദ്ദേഹത്തിന്റെ ശിഷ്യനായ യുവസാഹിത്യകാരൻ മടക്കിക്കുത്തിക്കൊണ്ട് പുറത്തേക്കു വന്ന് ഗേറ്റ് പകുതി തുറന്നിട്ടിട്ട് പാതയിലേക്കിറങ്ങുന്നതു കണ്ടു. എന്നെപ്പോലെ തന്നെ ജന്മനാ മലയാളിയായ തമിഴൻ. വടക്ക് കാസർകോട്ടാണ് പണി. ഇന്ന് സുന്ദരരാമസ്വാമിയുടെ മച്ചിലാണ് താമസമെന്നു തോന്നുന്നു. ഇടയ്ക്കിടയ്ക്ക് അവൻ വന്ന് താമസിക്കാറുണ്ട്. ഞാൻ സുന്ദരരാമസ്വാമിയോട് സംസാരിച്ചിരിക്കുമ്പോൾ അവനും വന്നുചേർന്നിട്ടുണ്ട്. സംസാരിച്ചു തുടങ്ങിയാൽ നിർത്താനറിയാത്തവനാണ്. എഴുത്ത് തീർന്നാലേ അവന്റെ സംഭാഷണവും തീരുകയുള്ളൂ.

ഞാൻ വിചാരിച്ചിട്ടും എന്റെ കാർ നിന്നില്ല. ഗോപാലപിള്ളയുടെ ആശുപത്രിക്കു മുന്നിൽ ഡോ. ഇന്ദിരയുടെ കാർ നിൽക്കുന്നതു കണ്ടു. ഇന്ദിര റൗണ്ട്സിലായിരുന്നു. ചെറുപ്പക്കാരനായ ഡോക്ടർ വന്നു വണങ്ങി.

'എങ്ങനെയുണ്ട്?' ഞാൻ ചോദിച്ചു.

'മാറ്റമൊന്നും ഇല്ല സാർ.'

'തന്റെ പേരല്ലെ സ്റ്റീഫൻ?'

'അതെ സാർ.'

അമ്മയുടെ മുറിയിൽ നിന്ന് കുഞ്ഞൻനായർ പെരുച്ചാഴി വരുന്നതു പോലെ കുനിഞ്ഞ് വേഗത്തിൽ ഓടിവന്നു.

'ഞാൻ കാലത്തുതന്നെ വന്നു സാർ. അമ്മയ്ക്ക് ഇപ്പം കുറച്ചു കൊള്ളാം. മൂത്രം എടുത്തതിനുശേഷം മുഖത്തൊരു ഐശ്വര്യം വന്നിട്ടുണ്ട്.'

ഞാൻ നായരോട് 'താൻ ഓഫീസിലേക്കു ചെന്ന് ഞാൻ ട്രേയിൽ എടുത്തുവച്ചിട്ടുള്ള ഫയലുകൾ മുഴുവൻ എടുത്ത് നാരായണപിള്ളയുടെ കൈയിൽ കൊടുക്ക്' എന്നു പറഞ്ഞു.

'ഇവിടെ?' നായർ ചോദിച്ചു.

'ഇവിടെ ഞാനുണ്ടാവും.'

നായർ പരുങ്ങി. 'ഞാനും വേണമെങ്കിൽ...' എന്നു തുടങ്ങിയപ്പോൾ 'വേണ്ട' എന്നു ഞാൻ കർക്കശമായി പറഞ്ഞു. നായർ തൊഴുത് 'ഒ' എന്നു പറഞ്ഞു.

മുറിക്കുള്ളിലേക്കു പോയി. അമ്മ അതേപോലെ കിടപ്പായിരുന്നു.

ഏതാണ്ട് ശവം. സലൈൻ ഇറങ്ങുകയായിരുന്നു. മറ്റൊരുവശത്ത് തുള്ളി തുള്ളിയായിട്ട് മാത്രം. ഞാൻ കസേര വലിച്ചിട്ട് അമ്മയുടെ അടുത്തിരുന്ന് അമ്മയെത്തന്നെ നോക്കി. നെറ്റിയിലും കവിളുകളിലും കഴുത്തിലുമൊക്കെ വ്രണങ്ങൾ കരിഞ്ഞ തിളങ്ങുന്ന പാടുകൾ. ചില പാടുകൾ വളരെ ആഴത്തിലുള്ളവ. നെറ്റിയിൽ ഒരു വലിയ പാടുകണ്ടപ്പം തലയോട്ടി തന്നെ പൊട്ടിയിട്ടുണ്ടാവും എന്നു തോന്നി. ഒരിക്കൽപോലും ആശുപത്രിയിലേക്കു പോയിട്ടുണ്ടാവില്ല. വ്രണങ്ങൾ ചീഞ്ഞു പഴുത്ത് പുഴുവരിച്ച് സ്വയം ഭേദപ്പെടണം. പട്ടികളോടും മറ്റ് മനുഷ്യരോടും കലഹിച്ച വ്രണങ്ങൾ. ആരൊക്കെയോ കല്ലുകൊണ്ടും കമ്പുകൊണ്ടും അടിച്ച വ്രണങ്ങൾ. ചായക്കടകളിൽ ചൂടുവെള്ളം കോരിയൊഴിച്ചിട്ടുണ്ടായവ.

ഞാൻ സുധയെ പ്രേമിക്കുന്ന നാളുകളിൽ ഒരിക്കൽ യാദൃച്ഛികമായി ഷർട്ടൂരിയപ്പോൾ അവൾ ഞെട്ടിപ്പോയി.

'മൈ ഗുഡ്നസ്സ്... ഇതെന്താ ഇത്ര പാടുകൾ?'

ഞാൻ ഉണങ്ങിയ ചിരിയോടെ 'കുട്ടിക്കാലത്തിന്റെ ഓർമകളാ. ഞാൻ പുണ്ണില്ലാതെ ഇരുന്നിട്ടേയില്ല' എന്നു പറഞ്ഞു.

അവൾ എന്റെ പുറത്തുണ്ടായിരുന്ന നീളംകൂടിയ പാടിലൂടെ വിരലോടിച്ചു.

'പുറംതിരിഞ്ഞോടിയപ്പം കൊണ്ടതാ.'

അവൾ തേങ്ങിക്കൊണ്ട് എന്നെ കെട്ടിപ്പിടിച്ചു. എന്റെ തോളിലും കൈകളിലും കഴുത്തിലും ഉണ്ടായിരുന്ന പാടുകളിൽ കണ്ണീരോടെ ചുംബിച്ചു.

ഏഴു വയസ്സുവരെ പൂർണനഗ്നനായി തിരുവനന്തപുരം നഗരത്തിൽ അമ്മയുടെ ഒപ്പം അലഞ്ഞുതിരിഞ്ഞ നാളുകളിൽ എന്റെ ദേഹം മുഴുവൻ പറ്റംപറ്റമായി ചിരങ്ങും വ്രണങ്ങളും നിറഞ്ഞിരിക്കും. വിരലുകൾ തമ്മിൽ ഒട്ടിയിരിക്കും. കണ്ണിന്റെ ഇമകളിൽ ചിരങ്ങ് കയറി കണ്ണടച്ചാൽ തുറക്കാൻ സമയം പിടിക്കുമായിരുന്നു. ഏതു നേരവും വിശപ്പാണ്. കയ്യിൽ കിട്ടുന്ന എന്തും അപ്പോൾ തന്നെ തിന്നും. കണ്ണിൽപ്പെടുന്ന എന്തും തിന്നാനാവുമോ എന്ന് വായിൽവെച്ച് നോക്കും. ആരോ ഒരാൾ ചോറ് കൊടുക്കുന്നുണ്ട് എന്നു കേട്ട് കരമനയാറ്റിന്റെ കരയിലുണ്ടായിരുന്ന പ്രജാനന്ദസ്വാമിയുടെ ആശ്രമത്തിലേക്കു പോയി.

മുമ്പുതന്നെ അവിടെ ധാരാളം തെരുവുകുട്ടികളുണ്ടായിരുന്നു, കരമനയാറ്റിൽ ഇറങ്ങി കുളിക്കണം. അവർ തരുന്ന വസ്ത്രം ധരിക്കണം.

അവിടെയുണ്ടായിരുന്ന ഒരു ഓലഷെഡ്ഡിൽ കയറി ഇരുന്ന് കൈകൂപ്പി ക്കൊണ്ട് ദൈവമേ കാത്തുകൊൾകങ്ങ്, കൈവിടാതിങ്ങ് ഞങ്ങളെ' എന്നു പാടണം. അതിനുശേഷമാണ് ചോറു തരിക. മറ്റു കുട്ടികൾ പുഴയിലിറങ്ങി മണലുവാരി മേത്തു തേച്ചു കുളിക്കുന്നതു കണ്ടു. കാവിമുണ്ട് മടക്കിക്കുത്തി പുഴയിൽ നിന്ന ചെറുപ്പക്കാരനായ സന്ന്യാസി 'ടാ... ആ കറുപ്പനെ പിടിക്ക്... അവൻ മേല് തേച്ചില്ല.... ടാ' എന്നു ശബ്ദിച്ചുകൊണ്ടിരുന്നു.

വെള്ളം കണ്ടപ്പോൾത്തന്നെ ഞാൻ മടിച്ചുനിന്നു. ആ സന്ന്യാസി എന്നെ നോക്കിയപ്പോൾ ഞാൻ നിലവിളിച്ചുകൊണ്ടോടി. 'അവനെ പിടിക്കടേ' എന്ന് സന്ന്യാസി പറഞ്ഞപ്പോൾ നാലഞ്ചു പയ്യന്മാർ എന്നെ തുരത്തിവന്നു. എന്നെ പിടിച്ച് മണ്ണിലിട്ട് വലിച്ചിഴച്ച് അവർ പുഴയിലേക്ക് കൊണ്ടുവന്നിട്ടു. സ്വാമി എന്നെ പൊക്കി കരമനയാറ്റിലെ വെള്ളത്തിലിട്ടു. മീനുകൾ വന്ന് എന്നെ കൊത്താൻ തുടങ്ങി. ഞാൻ നിലവിളിച്ചുകൊണ്ട് പിടഞ്ഞു. സ്വാമി എന്നെ തൂക്കി കല്ലിൽ ഇരുത്തി ചകിരി കൊണ്ട് ദേഹം മുഴുവൻ തേച്ചു. ഞാൻ അലറിക്കൊണ്ട് അദ്ദേഹത്തിന്റെ കൈ കടിച്ചുമുറിച്ചു. അദ്ദേഹം അതു കാര്യമാക്കിയില്ല.

ദേഹം മുഴുവൻ ചോരയോടെ നിന്ന എന്നെ പിടിവിടാതെതന്നെ വലിച്ചിഴച്ച് കൊണ്ടുചെന്നു ഷെഡ്ഡിലേക്ക് എത്തിച്ചു. നീലനിറത്തിലുള്ള എന്തോ മരുന്ന് എന്റെ ദേഹത്തു പുരട്ടി. ആദ്യത്തെ ക്ഷണം അതു തണുത്തു. പിന്നെ തീപ്പെട്ടതുപോലെ നീറി. ഞാൻ ഉറക്കെ നിലവിളിച്ചു കൊണ്ട് വട്ടം കറങ്ങി ഓടി. ഒരു ക്ഷണത്തിൽ അദ്ദേഹത്തിന്റെ പിടി അയഞ്ഞു. ഞാൻ പുറത്തേക്കോടി. അദ്ദേഹം എന്റെ പിന്നിൽ വന്ന് 'ഓടിയോ ചോറില്ല, ഓടിയോ ചോറില്ല' എന്നു വിളിച്ചു പറഞ്ഞു. ഞാൻ ഞെട്ടിത്തരിച്ച് നിന്നു. മുമ്പോട്ടു കാലെടുത്തുവയ്ക്കാൻ എനിക്കു പറ്റിയില്ല. 'കാപ്പയ്ക്ക് ചോറു വേണമേ... ചോറേ' എന്ന് വിളിച്ചു പറഞ്ഞ് ഞാൻ നിലവിളിച്ച് കരഞ്ഞു. സങ്കടം സഹിക്കാനാവാതെ നെഞ്ചത്തടിച്ചു. പക്ഷെ, സ്വാമി അകത്തേയ്ക്ക് പോയി. 'കാപ്പയ്ക്ക് ചോറേ... കാപ്പയ്ക്ക് ചോറേ...' എന്ന് കരഞ്ഞു കൊണ്ട് ഞാൻ നിന്നു. ദേഹത്ത് നീറ്റൽ കുറഞ്ഞു തുടങ്ങി. പല സ്ഥലങ്ങളിൽ നിന്നും മടിച്ചും പതുക്കെ ഞാൻ ആശ്രമത്തിന്റെ വാതുക്കൽ എത്തി.

സ്വാമി ചിരിച്ചുകൊണ്ട് പുറത്തേക്കു വന്ന് എന്നെ പിടിച്ചു തൂക്കി യെടുത്തു കൊണ്ടുപോയി. ഉള്ളിൽ ഒരു മുറിയിൽ ചാണകം മെഴുകിയ നിലത്ത് ഇരുത്തി. എന്റെ മുന്നിൽ ഞാൻ കിടക്കാവുന്നത്ര വലിയ തൂശനില വിരിച്ചിട്ടു. അതിൽ വലിയ തവി കൊണ്ട് ചോറ് വാരിവെച്ചു. ഞാൻ

കൈനീട്ടി 'ഇന്നും' എന്നു പറഞ്ഞു. സ്വാമി പിന്നെയും ചോറ് വിളമ്പി. ഞാൻ 'ഇന്നും' എന്നു പറഞ്ഞു. പാത്രത്തിൽ ബാക്കിയുണ്ടായിരുന്ന ചോറ് മാത്രമായിരുന്നു എന്റെ കണ്ണിൽ. 'തിന്നെടാ' എന്നു പറഞ്ഞ് സ്വാമി ഒരുപാട് കോരിവെച്ചു. ഞാൻ 'ഇന്നും' എന്നു പറഞ്ഞപ്പോൾ ചിരിച്ചുകൊണ്ട് ആദ്യം ഇതു തിന്നെടാ തീക്കൊള്ളി. വേണമെങ്കിൽ പിന്നെയും തരാം' എന്ന് സ്വാമി പറഞ്ഞു.

ഞാൻ ഇലയോടെ ചോറ് കൈയിലെടുത്ത് എഴുന്നേൽക്കാൻ ശ്രമിച്ചപ്പോൾ എന്റെ തലയിൽ മെല്ലെ ഒന്നു തട്ടി 'ഇരുന്നു തിന്നെടാ' എന്നു പറഞ്ഞു. അവിടെയിരുന്ന് ചോറുവാരി ഉണ്ടു തുടങ്ങി. ചോറ് വായിൽ വയ്ക്കുമ്പോൾ കേൾക്കാവുന്ന തെറിക്കുവേണ്ടി എന്റെ ശരീരം മുഴുവൻ കാതോർത്തു. ആദ്യത്തെ ഉരുള ഉണ്ടിട്ട് ഞാൻ എഴുന്നേൽക്കാൻ പോയപ്പോൾ സ്വാമി 'തിന്നെടാ' എന്നു പിന്നെയും എന്നെ ശാസിച്ചു. ഞാൻ പതുക്കെ ചോറിൽ സ്വയം മറന്നു. ഉരുള ഉരുട്ടി വായിലിട്ടുകൊണ്ടേയിരുന്നു.

ചോറിന്റെ മലകൾ, ചോറിന്റെ മണൽപ്പരപ്പ്, ചോറിന്റെ വെള്ളപ്പൊക്കം, ചോറിന്റെ ആന, ചോറിന്റെ കടൽ... ചോറും ഞാനും മാത്രമായിരുന്നു അപ്പോൾ. ഒരു ഘട്ടത്തിൽ എനിക്ക് ഉണ്ണാൻ കഴിയാതെയായി. അത് ഞാനൊരിക്കലും അറിഞ്ഞിരുന്നില്ല. എന്തുകൊണ്ടാണ് ചോറുണ്ണാൻ കഴിയാത്തത് എന്നു മനസ്സിലാകാതെ ഞാൻ ചോറു വാരി പിന്നെയും വായിലേക്ക് നിറച്ചു. ഓക്കാനിച്ചു ഞാൻ വിറകൊണ്ടു. എങ്കിലും എനിക്ക് നിറുത്താൻ കഴിഞ്ഞില്ല. എന്റെ ദേഹം മുഴുവൻ ചോറു നിറഞ്ഞിരിക്കുന്നതു പോലെ. എന്റെ വയറ് വലിയൊരു കലം പോലെ ഉരുണ്ടു തിളങ്ങി.

ഒരു മീശക്കാരൻ 'ടാ താളി, നിന്റെ വയറു നിറഞ്ഞല്ലോടാ... വയറ്റില് പേന് വെച്ച് കൊല്ലാമെന്നാണല്ലോ തോന്നുന്നത്' എന്നു പറഞ്ഞു.

അയാളെന്നെ തല്ലാൻ പോകുന്നു എന്നു കരുതി ഞാൻ ഒഴിഞ്ഞുമാറി.

'ടാ ഇരിക്ക്... നിന്നെ ആരും ഇവിടെ ഒന്നും ചെയ്യില്ല. നിനക്കിനിയും ചോറു വേണോ?'

വേണമെന്ന് ഞാൻ തലയാട്ടി.

'ഇനിയും ചോറുണ്ടാൽ നീ ഇലവങ്കായ മാതിരി പൊട്ടി ചോറ് പഞ്ഞിയായി പുറത്തേക്ക് വരും... നാളെ വാ... വരുമോടോ?'

ഞാൻ അതെ എന്നു തലയാട്ടി.

'നാളെ വാ... ഇവിടെ വന്ന് സ്വാമി പഠിപ്പിക്കുന്ന പാട്ടും അക്ഷരവും പഠിച്ചാൽ നെറച്ച് ചോറു കിട്ടും.'

അങ്ങനെയാണ് ഞാൻ പ്രജാനന്ദന്റെ ആശ്രമത്തിലേക്ക് സ്ഥിരമായി പോയിത്തുടങ്ങിയത്. അവിടെയപ്പോൾ ഏതാണ്ട് മുപ്പത് കുട്ടികൾ പഠിച്ചു കൊണ്ടിരുന്നു. കുട്ടികളെ ചേർക്കാനാണ് ചോറു കൊടുത്തുകൊണ്ടിരുന്നത്. ചോറിൽ ആകൃഷ്ടരായി വരുന്ന കുട്ടികളെയും സന്ന്യാസിയായ ബോധാനന്ദൻ സ്കൂളിലേക്ക് കൊണ്ടുചെന്ന് ചേർക്കും. പ്രജാനന്ദൻ തുടങ്ങിയ ആശ്രമത്തിലെ പള്ളിക്കൂടം നടത്തിയിരുന്നത് ബോധാനന്ദ നായിരുന്നു. കറുത്ത നീണ്ട താടിയും സ്ത്രീകളെപ്പോലെ തലമുടിയുമുള്ള പൊക്കം കുറഞ്ഞ ബലിഷ്ഠനായ മനുഷ്യൻ.

ആ പ്രായത്തിൽ ഞാൻ ഏറ്റവും ഇഷ്ടപ്പെട്ടിരുന്നത് ബോധാനന്ദന്റെ കൈകളെയാണ്. എന്നെ പുഴയിൽ കുളിപ്പിച്ചതിനുശേഷം അദ്ദേഹം എന്നെ തൂക്കിയെടുക്കുന്നതിനായി ഞാൻ ദാഹിച്ചു. അദ്ദേഹത്തിന്റെ അടുത്തു ചെന്ന് നോക്കിക്കൊണ്ട് നിൽക്കും. അദ്ദേഹം എന്നെ ശ്രദ്ധിച്ചില്ലെങ്കിൽ അദ്ദേഹത്തിന്റെ കാലിൽ പൂച്ചക്കുട്ടി പോലെ പതുക്കെ ഉരുമ്മും. അദ്ദേഹം പെട്ടെന്ന് ചിരിച്ചുകൊണ്ട് എന്നെ പിടിച്ച് മുകളിലേക്ക് പൊക്കി ആകാശ ത്തിലേക്ക് എറിഞ്ഞ് പിടിക്കും. പക്ഷിയെപ്പോലെ ഞാൻ കാറ്റിൽ പറന്നെഴുന്നേറ്റ് താഴേക്ക് വരും. ചിരിച്ചു കൊണ്ട് 'ഇന്നും ഇന്നും' എന്നു പറഞ്ഞുകൊണ്ട് അദ്ദേഹത്തിന്റെ പിന്നിൽ ഓടും. 'ഇന്നും' എന്നായിരുന്നു ഞാൻ എന്തിനും പ്രതികരിച്ചിരുന്നുത്.

ബോധാനന്ദന്റെ പള്ളിക്കൂടത്തിൽ ചെന്ന് ഞാൻ പഠിച്ചുതുടങ്ങി. പൂജയ്ക്ക് പ്രജാനന്ദസ്വാമി വന്നിരിക്കും. അന്നുതന്നെ അദ്ദേഹത്തിന്റെ താടി നരച്ചുതുടങ്ങിയിരുന്നു. ചെറിയ ശരീരവും സ്ത്രീകളുടെ ശബ്ദവും ഉള്ള വെളുത്ത മനുഷ്യൻ. ഒരുപാടുനേരം അദ്ദേഹം കണ്ണടച്ച് വെറുതെയിരിക്കു ന്നതു ഞാൻ കൗതുകത്തോടെ നോക്കിയിരിക്കും.

പ്രജാനന്ദന്റെ ആശ്രമം വിജയമോ പരാജയമോ എന്ന് എനിക്കിന്ന് പറയാനാവില്ല. അവിടെ എപ്പോഴും പത്തിരുപത് കുട്ടികളെങ്കിലും ഉണ്ടായിരുന്നു. ദിവസവും നൂറാളുകളെങ്കിലും അവിടെ ഭക്ഷണം കഴിച്ചു. പക്ഷെ, പത്തു കുട്ടികൾ പോലും അവിടെ തുടർച്ചയായി പഠിച്ചിരുന്നില്ല. ഇടയ്ക്കിടെ കുട്ടികളുടെ അച്ഛനമ്മമാർ വന്ന് ബോധനന്ദനെ ചീത്ത പറഞ്ഞ് കുട്ടികളെ ബലമായി കൂട്ടിക്കൊണ്ടുപോയി. കുറേ ദിവസം അവിടെ കഴിഞ്ഞതിനുശേഷം കുട്ടികൾ തന്നെ മടുത്ത് ഓടിപ്പോയി. കുറേ നാൾ കഴിഞ്ഞ് അവർ ചൊറിയും ചിരങ്ങും നിറഞ്ഞ്, അഴുക്കും നാറ്റവുമായി കരഞ്ഞുകൊണ്ട് വന്ന് വാതുക്കൽ നിന്നു. ബോധാനന്ദന് അതൊന്നും കാര്യമല്ലായിരുന്നു. അദ്ദേഹം എന്നും ഉത്സാഹവാനായിരുന്നു.

ഞാനവിടെ താമസിച്ചു തുടങ്ങിയ നാലാം ദിവസം തന്നെ എന്റെ അമ്മ വന്ന് എന്നെ കൂട്ടിക്കൊണ്ടുപോയി. ഞാൻ നഗരത്തിലെങ്ങും അവരോടൊപ്പം അലഞ്ഞു. അന്നൊക്കെ തിരുവനന്തപുരം നഗരത്തിൽ എല്ലാ തെരുവുകൾക്കും സമാന്തമായി പിന്നിൽ വളരെ ഇടുങ്ങിയ ഒരു വഴിയുണ്ടായിരുന്നു. തോട്ടികൾക്കു സഞ്ചരിക്കാനുള്ള പാത അന്ന് എല്ലായിടത്തും ചെന്നെത്തുമായിരുന്നു. അന്നൊക്കെ കക്കൂസിലെ മലം തോട്ടികൾ വന്ന് വാരി എടുത്തുകൊണ്ടു പോവുകയാണ് പതിവ്. ഏതെങ്കിലും അഴുക്കുചാലിൽ നിന്നു തുടങ്ങുന്ന ആ പാതയിലൂടെ നഗരം മുഴുവൻ സഞ്ചരിക്കാനാവും. ഞങ്ങളുടെ ആളുകൾ അതിലൂടെയാണ് നടക്കുന്നത്. അവിടെയാണ് ഞങ്ങൾക്ക് ഭക്ഷണം കിട്ടിയിരുന്നത്. മലം കിടക്കുന്ന കക്കൂസിന്റെ അടുത്തുതന്നെയാവും ചവറ്റുകുഴി. ചിലപ്പോൾ രണ്ടും ഒന്നുതന്നെയായിരിക്കും.

അക്കാലത്ത് തിരുവിതാംകൂറിലെ നായാടികളിൽ പകുതിയും തിരുവനന്തപുരത്തായിരുന്നു. ബാക്കിയുള്ളവർ തിരുനെൽവേലിയിലും നാഗർകോവിലിലും ചെന്ന് കുടിയേറി. നാട്ടിൻപുറത്തിലുള്ളതുപോലെ നഗരത്തിലാരും നായാടികളെ കണ്ടുപിടിക്കാറില്ല. അടിച്ചുകൊല്ലാറുമില്ല. അവർക്ക് നഗരത്തിൽ അങ്ങനെ ഒരു മനുഷ്യപ്പറ്റം ഉള്ള കാര്യം തന്നെ അറിയില്ല. സത്യത്തിൽ നായാടികളെപ്പറ്റിയുള്ള എല്ലാ കണക്കുകളും തെറ്റാണ്. തിരുവിതാംകൂർ മാന്വലുകൾ എഴുതിയവരാരും ഒറ്റ നായാടിയെയെങ്കിലും കണ്ണുകൾ കൊണ്ട് കണ്ടിട്ടുണ്ടാവില്ല. തഹസിൽദാർ പറയുന്ന കണക്കുകൾ മറ്റുള്ളവർ പറഞ്ഞത് കൂട്ടിപ്പറഞ്ഞു. നായാടികൾ അദൃശ്യരായിരുന്നു. അവർക്കുപോലും അവരെ കാണാൻ കഴിഞ്ഞിരുന്നില്ല.

ആയിരത്തി എണ്ണൂറ്റി എഴുപതുകളിലെ പഞ്ഞത്തിൽ തെക്കേയിന്ത്യയിൽ മാത്രം മൂന്നു കോടിയാളുകളാണ് പട്ടിണി കിടന്നു ചത്തത്. അതിൽ നായാടികൾ മിക്കവാറും ചത്ത് മുടിഞ്ഞിരിക്കാനാണു സാധ്യത. കല്ലിന്റെയുള്ളിൽ കഴിയുന്ന തവളപോലെ അവർ ജീവിച്ചിരുന്നതും ആരുമറിയില്ല, ചത്തതും അറിഞ്ഞിരിക്കില്ല. പക്ഷെ, അതും തറപ്പിച്ചു പറയാനാവില്ല. ചവറും അഴുക്കും തിന്നാൻ ശീലിച്ചവരാണ് നായാടികൾ. പക്ഷെ, അവർ അതുമാത്രം തിന്ന് നഗരങ്ങളിൽ ജീവിച്ചിരിക്കാനും ഇടയുണ്ട്. നഗരങ്ങൾ വളർന്നപ്പോൾ ചവറ്റുകൂനകൾ വളർന്നു. അവയിൽ ജീവിക്കുന്ന ഒരു കൂട്ടമാളുകൾ ഉണ്ടായി. അവരിലധികവും നായാടികളായിരിക്കാം.

കുറേക്കഴിഞ്ഞപ്പോൾ ചോറിന്റെ ഓർമ വന്ന് ഞാൻ മടങ്ങിവന്നു. ബോധാനന്ദൻ എന്നെ പിന്നെയും കരമനയാറ്റിൽ കുളിപ്പിച്ച് ഇലയിട്ട് ചോറ്

വിളമ്പിത്തന്നു. ഏതാനും ദിവസങ്ങൾക്കകം ഞാൻ അദ്ദേഹത്തിന്റെ പ്രിയപുത്രനായി മാറി. കാരണം ഞാൻ പാട്ടുകൾ വളരെ വേഗം കാണാപ്പാഠമാക്കി. എനിക്ക് പ്രജ്ഞാനന്ദസ്വാമി ധർമപാലൻ എന്നു പേരിട്ടു. പ്രാർത്ഥനായോഗത്തിൽ പ്രജ്ഞാനന്ദസ്വാമി വന്ന് ഇരുന്നതും ബോധാനന്ദൻ എന്നോട് 'ധർമാ പാടിക്കോ' എന്നു പറയും. ഞാൻ അത്യുച്ചത്തിൽ 'ദൈവമേ കാത്തുകൊൾകങ്ങ്, കൈവിടാതിങ്ങ് ഞങ്ങളെ' എന്നു പാടിത്തുടങ്ങും.

ഏതാനും ദിവസങ്ങൾ കഴിഞ്ഞപ്പോൾ അമ്മ എന്നെ അന്വേഷിച്ചു വന്നു. എന്നെ ബലമായി പിടിച്ചുകൊണ്ടുപോയി. ഇത്തവണ ഞാൻ വേഗം മടങ്ങിയെത്തി. ഇടയ്ക്കിടെ അമ്മ വന്ന് എന്നെ കൂട്ടിക്കൊണ്ടിപോയിത്തുടങ്ങിയപ്പോൾ ബോധാനന്ദൻ തടഞ്ഞു. അമ്മ തൊഴുതുകൊണ്ട് 'സാമി, പുള്ളയെ കുടു സാമീ!' എന്നു നിലവിളിച്ചുകൊണ്ട് ആശ്രമത്തിന്റെ പുറത്ത് പറമ്പിൽ ഇരിക്കും. എന്തു പറഞ്ഞാലും അമ്മയ്ക്കു മനസ്സിലാവില്ല. ചോറു കൊടുത്താലും അടുത്തേക്കു വരില്ല. ദിവസങ്ങളോളം തൊഴുകൈയോടെ പറമ്പിൽ ഇരിക്കും. ആ ഭാഗത്ത് ആര് നടന്നാലും 'സാമി പുള്ളെയെ കുടു സാമീ' എന്നു കരഞ്ഞുവിളിക്കും. അമ്മയ്ക്ക് ഒരുപാടു കുട്ടികൾ ജനിച്ചിട്ടുണ്ട്. എല്ലാ കുട്ടികളും മരിച്ചു. ശേഷിച്ച കുട്ടി ഞാൻ മാത്രമാണ്.

അമ്മയറിയാതെ എന്നെ പാലക്കാട്ട് ഒരു സ്കൂളിലയച്ചു. അവിടെ നിന്നു ഞാൻ ആലുവയിലേക്കുപോയി. ഏതാനും കൊല്ലം കൊണ്ട് ഞാൻ മാറി. എന്റെ കൈയും കാലും ഉറച്ചു. ചുരുണ്ട മുടിയും വലിയ പല്ലുകളും പരന്ന മൂക്കും ഉള്ള ബലിഷ്ഠനായ കുള്ളനായ ചെറുപ്പക്കാരനായി ഞാൻ വളർന്നു. എന്നും എന്റെ ഒപ്പം ഉണ്ടായിരുന്ന വിശപ്പ് മാറി. വിശപ്പു മുഴുവൻ പഠിത്തത്തിലായി. എത്ര പഠിച്ചാലും എനിക്ക് മതിവരില്ല. 'ഇന്നും ഇന്നും' എന്ന് എന്റെയുള്ളിലെ കുട്ടി പുസ്തകങ്ങൾക്കായി കൈ നീട്ടിക്കൊണ്ടേയിരുന്നു. സംഭാഷണം തീരെയില്ലാതായി. സ്കൂളിൽ എന്റെ പേര് മൂങ്ങ എന്നായിരുന്നു. ക ണ്ണു തുറന്ന് പിടിച്ച് ക്ലാസ്സിൽ നിശ്ശബ്ദമായി കുത്തിയിരിക്കുന്ന കറുത്ത സത്വമായിരുന്നു അവർക്കു ഞാൻ.

ബോധാനന്ദൻ കോഴിക്കോട് കടപ്പുറത്ത് കോളറ പരന്നപ്പോൾ സേവനമനുഷ്ഠിക്കാൻ ചെന്ന് കോളറ വന്നു മരിച്ചു. പ്രജ്ഞാനന്ദന്റെ ആശ്രമം പതുക്കെ ചുരുങ്ങി വെറുമൊരു താമസസ്ഥലമായി മാറി. പ്രജ്ഞാനന്ദന്റെ ട്രസ്റ്റിൽ നിന്നും മാസംതോറും എനിക്ക് ചെറിയൊരു തുക വരുമായിരുന്നു. ഞാൻ പഠിച്ചുകൊണ്ടേയിരുന്നു. ഞങ്ങളുടെ ഹോസ്റ്റലിലുണ്ടായിരുന്ന ആദിവാസിക്കുട്ടികൾ എല്ലാവരും എന്തെങ്കിലും പഠിച്ചുകൊണ്ടിരുന്നു. പഠിത്തം നിർത്തിയാൽ ഹോസ്റ്റലിൽ നിൽക്കാൻ പറ്റില്ല. ഹോസ്റ്റലില്ലെങ്കിൽ

അവർക്ക് പോകാനൊരിടമുണ്ടായിരുന്നില്ല.

ഹോസ്റ്റലിലും ഞാൻ ഒറ്റയ്ക്കായിരുന്നു. ഹോസ്റ്റലിൽ ഉണ്ടായിരുന്ന ഏക നായാടി ഞാനായിരുന്നു. എന്റെ ജീവിതത്തിൽ ഒരിക്കലും ഞാൻ പിച്ചക്കാരനല്ലാത്ത മറ്റൊരു നായാടിയെ കണ്ടിട്ടില്ല. ഹോസ്റ്റലിൽ എന്നോടൊപ്പം മുറി പങ്കിടാൻ ഒരു ആദിവാസിയും മുമ്പോട്ടു വന്നില്ല. എനിക്ക് കക്കൂസ് ഉപയോഗിക്കാൻ അനുവാദമില്ലായിരുന്നു. വെളുപ്പാൻ കാലത്ത് തീവണ്ടിപ്പാളത്തിനടുത്ത് ചെന്നിരുന്ന് വേണം വെളിക്കിറങ്ങാൻ. മൂത്രമൊഴിക്കണമെങ്കിൽ പോലും പുറത്തുള്ള ചവറ്റുകൂനയിലേക്കു പോകണം. എന്നോടു സംസാരിക്കുമ്പോൾ ആർക്കും ഒരുതരം അധികാരത്തിന്റെ സ്വരം ഉണ്ടായിവരും. അധികാരത്തിന്റെ മുന്നിൽ ഞാൻ എപ്പോഴും നിശ്ശബ്ദനായിരുന്നു.

ആ നാളുകളിൽ ഞാൻ അമ്മയെ കണ്ടിട്ടേയില്ല. അമ്മയെപ്പറ്റി ഒരു ദിവസം പോലും ഓർത്തിട്ടുമില്ല. ഞാൻ ഒരു കറുത്ത ചെറിയ എലിയാണ്. എലിയുടെ ദേഹത്തിലും നോട്ടത്തിലും ചലനങ്ങളിലും ശബ്ദത്തിലും ഒക്കെ ഒരു ക്ഷമാപണം ഉണ്ട്. 'ഒന്ന് ജീവിച്ചോട്ടെ' എന്ന മട്ടുണ്ട്. കാലുകൾക്ക് താഴെയാണ് അതിന്റെ ലോകം. ചവറുകളിലാണ് അതിന്റെ ജീവിതം. എലിയുടെ നട്ടെല്ല് ഞാൻ എപ്പോഴും ശ്രദ്ധിക്കും. നട്ടെല്ലു വളയ്ക്കേണ്ട കാര്യമില്ല. വളച്ചു തന്നെയാണ് ദൈവം കൊടുത്തിട്ടുള്ളത്.

ഞാൻ എം.എ. ഇക്കണോമിക്സ് പൂർത്തിയാക്കിയപ്പോൾ പ്രജാനന്ദൻ എന്നെ കാണണമെന്നു പറഞ്ഞയച്ചു. ഞാൻ തിരുവനന്തപുരത്തേക്ക് പോയി. അന്ന് അദ്ദേഹം ഏതാണ്ട് ഒറ്റയ്ക്കാണ്. ഈഴവർക്കു മനസ്സിലാവുന്ന നാരായണഗുരുവല്ലായിരുന്നു അദ്ദേഹം പറഞ്ഞിരുന്ന നാരായണഗുരു. ആശ്രമത്തിൽ ഒന്നുരണ്ടാളുകളേയുള്ളൂ. രണ്ടുമൂന്നു സായിപ്പന്മാരുണ്ടായിരുന്നു. ഞാൻ പ്രജാനന്ദനെ കാണുന്നത് ഒരുപാടു കാലം കഴിഞ്ഞായിരുന്നു. അദ്ദേഹം നന്നേ വയസ്സായി തളർന്നിരുന്നു. കൈയും കാലും മെലിഞ്ഞ് മാംസം തൂങ്ങിക്കിടന്നു. ഒരു സായിപ്പ് അദ്ദേഹത്തെ തൂക്കിയെടുത്തുകൊണ്ടു വന്ന് കസേരയിൽ ഇരുത്തി. അദ്ദേഹത്തിന്റെ തല വിറച്ചുകൊണ്ടിരുന്നു. മുടി പൂർണമായും പൊഴിഞ്ഞുപോയിരുന്നു. ശരീരം കൂനിയതുകൊണ്ട് മുഖം മുൻപോട്ടു തള്ളിനിന്നു. മൂക്ക് വായിലേക്കു മടങ്ങി, ചുണ്ടുകൾ അകത്തേക്ക് പതിഞ്ഞ് അദ്ദേഹത്തിന്റെ വായ തീരെ കാണാനില്ലായിരുന്നു.

'വളർന്നു പോയി അല്ലേ?' പ്രജാനന്ദൻ ചോദിച്ചു.

നന്നായി തമിഴു ഭാഷ അറിയാം എന്നൊരു ചിന്ത അദ്ദേഹത്തിനു

ണ്ട്. മിക്കവാറും തിരുവനന്തപുരത്തുകാർക്കുള്ള വിശ്വാസമാണത്. എല്ലാവരെയും പോലെ അദ്ദേഹം പറഞ്ഞത് ഒന്നു രണ്ടു തമിഴ് വാക്കുകൾ ഉള്ള ഒരു മലയാളമായിരുന്നു. എന്നെ ഒരു തമിഴനായി അദ്ദേഹം ഭാവിച്ചിട്ടുണ്ടാകാം. ഞാനും എന്നെ പൂർണമായും കേരളത്തിൽ നിന്നും മലയാളത്തിൽ നിന്നും വേർപെടുത്തിക്കഴിഞ്ഞിരുന്നു. എന്റെ നിറവും ഉച്ചാരണവും എന്നെ തമിഴിനോടാണ് കൂടുതൽ അടുപ്പിച്ചത്.

പ്രജാനന്ദന്റെ കൈയും കാലും വിറച്ചുകൊണ്ടിരുന്നു.

'ഡിഗ്രി എപ്പോൾ കൈയിൽ കിട്ടും?' അദ്ദേഹം ചോദിച്ചു.

ഞാൻ 'ജൂണിൽ കിട്ടും' എന്നു പറഞ്ഞു.

'എന്തു ചെയ്യാനാണ് ഉദ്ദേശ്യം?'

ഞാൻ ഒന്നും മിണ്ടാതെ നിന്നു. എനിക്ക് ഒരു ഉദ്ദേശ്യവും ഉണ്ടായിരുന്നില്ല.

'നീ സിവിൽ സർവീസിലേക്കു പോവുക' എന്നു സ്വാമി പറഞ്ഞു. അദ്ദേഹം കൈ പൊക്കിയപ്പോൾ സന്നിബാധ വന്നതുപോലെ കൈ ആടി. ഞാൻ സംസാരിക്കാൻ ശ്രമിച്ചുവെങ്കിലും വാക്കുകൾ വന്നില്ല.

'ക്ഷമിക്കണം ഗുരു' ഞാൻ പറഞ്ഞു.

'നിന്റെ നാവിൽ ഇംഗ്ലീഷ് വരുന്നില്ല. പിന്നെ നീ എന്താണ് പഠിച്ചത്? നല്ല ഇംഗ്ലീഷ് പറയാത്തവൻ ആധുനിക മനുഷ്യനല്ല. ഇംഗ്ലീഷ് പറയാത്തോളം കാലം നീ വെറുമൊരു നായാടിയാണ്'. അദ്ദേഹം ശബ്ദമുയർത്തിയപ്പോൾ ശ്വാസം മുട്ടി. 'നാരായണ ഗുരുദേവൻ എല്ലാവരോടും ഇംഗ്ലീഷ് പഠിക്കാൻ പറഞ്ഞത് വെറുതെയല്ല.'

ഞാൻ വെറുതെ ഒന്നു വണങ്ങി.

'ഇംഗ്ലീഷ് പഠിക്കുക. കഴിയുമെങ്കിൽ നാൽപ്പതു വയസ്സ് കഴിഞ്ഞതിനു ശേഷം സംസ്കൃതവും പഠിക്കുക....'

സംസാരിച്ചതിന്റെ തളർച്ചയിൽ അദ്ദേഹം പുറകിലേക്കു ചാഞ്ഞു. കൈകളുടെ വിറയൽ വല്ലാതെ കൂടി. രണ്ടു കൈകളേയും അദ്ദേഹം തുടയുടെ താഴെ വച്ചു. അപ്പോൾ രണ്ട് കൈമുട്ടുകളും വിറച്ചു.

'നീ സിവിൽ സർവീസ് എഴുതിക്കോ.... വെറുതെയങ്ങ് ജയിച്ചാൽ പോരാ. റാങ്കു വേണം. നിന്റെ ഉത്തരക്കടലാസിലേക്ക് ഒരാളും സാധാരണയായി കുനിഞ്ഞുനോക്കാൻ പാടില്ല.'

ഞാൻ 'ശരി' എന്നു മാത്രം പറഞ്ഞു.

'ഞാൻ ജയിംസിനോട് പറഞ്ഞിട്ടുണ്ട്, ട്രസ്റ്റിൽ നിന്നു നിനക്ക് നാലു കൊല്ലം ചെറിയൊരു തുക തരും....'

ഞാൻ ഉറച്ച ശബ്ദത്തിൽ 'നാലു കൊല്ലം വേണ്ട, രണ്ടു കൊല്ലം മതി' എന്നു പറഞ്ഞു.

ഞാൻ പറഞ്ഞതു മനസ്സിലാക്കി സ്വാമി ചെറുതായൊന്നു പുഞ്ചിരിച്ചു. അതെയെന്നു തലയാട്ടിയതിനു ശേഷം അടുത്തേക്ക് വരൂ എന്നതുപോലെ അദ്ദേഹം വിളിച്ചു. ഞാൻ അടുത്തേക്കു ചെന്നപ്പോൾ മെലിഞ്ഞ കൈനീട്ടി എന്നെ കെട്ടിപ്പിടിച്ചു. അദ്ദേഹത്തിന്റെ കൈ ഒരു മുതിർന്ന പക്ഷിയുടെ തൂവൽ പൊഴിഞ്ഞ ചിറകുമാതിരി എന്റെ തോളിലിരുന്ന് നടുങ്ങി. എന്റെ കഴുത്തിൽ ചുറ്റിപ്പിടിച്ച് തോളോടു ചേർത്ത് അദ്ദേഹം 'നന്നായി വരട്ടെ' എന്നു പറഞ്ഞു. ഞാൻ മുട്ടിൽ ഇരുന്ന് അദ്ദേഹത്തിന്റെ മടിയിൽ തലവെച്ചു. എനിക്ക് കരയണം എന്നപോലെ തോന്നി. വിറയ്ക്കുന്ന ശബ്ദത്തിൽ സ്വാമി പറഞ്ഞു.

'ധൈര്യം വേണം. ഒടുങ്ങാത്ത ധൈര്യം വേണം.... ഒരുപാട് കൊല്ലം ഓടിയതല്ലേ? ഇനിയൊന്ന് ഇരിക്കണം...'

ഞാൻ കരഞ്ഞു തുടങ്ങി. അദ്ദേഹത്തിന്റെ മടിയിൽ എന്റെ നീർത്തുള്ളികൾ പൊഴിഞ്ഞു.

അദ്ദേഹം കൈകൊണ്ട് എന്റെ കാതുകൾ ഒന്നു പിടിച്ചു വലിച്ചു. ചെറിയ കുട്ടിയായിരിക്കുമ്പോൾ പലപ്പോഴും എന്നോട് അങ്ങനെ കളിച്ചിട്ടുണ്ട്.

'അമ്മയെ വിടരുത് കേട്ടോ.... അവളെ ഒപ്പം കൂട്ടിക്കോ.... എന്തുവന്നാലും അവളെ വിട്ടുകളയരുത്. അവൾക്ക് നാം രണ്ടാളും ഇതുവരെ ചെയ്തത് മുഴുവൻ കൊടിയ പാപമാണ്. അവൾ ഒന്നുമറിയാത്ത കാട്ടുമൃഗം പോലെയാണ്. മൃഗങ്ങളുടെ ദുഃഖത്തെ നമുക്ക് പറഞ്ഞുതീർക്കാൻ പറ്റില്ല. അതിന്റെ ആഴം അഗാധമാണ്. നീ അമ്മയോട് പ്രായശ്ചിത്തം ചെയ്യണം.'

ഞാൻ നെടുവീർപ്പിട്ട് കണ്ണുകൾ തുത്തു.

'ഞാൻ അധികമുണ്ടാവില്ല. ഗുരുപാദം ചേരാൻ ഇനി ദിവസങ്ങൾ മാത്രമേയുള്ളൂ.'

ഞാൻ ഞെട്ടി അദ്ദേഹത്തിന്റെ മുഖത്തേക്കു നോക്കി. ഒരു വികാരവുമില്ല. അപ്പോൾത്തന്നെ അദ്ദേഹം ഒരു ശിലയായി മാറിക്കഴിഞ്ഞു എന്നെനിക്കു തോന്നി.

അന്നു മുഴുവൻ അമ്മയെത്തേടി തിരുവനന്തപുരം നഗരത്തിൽ ഞാൻ അലഞ്ഞുതിരിഞ്ഞു. അമ്മയെ എളുപ്പം കണ്ടുപിടിക്കാം, ഏതെങ്കിലും ഒരു നായാടിയോടു ചോദിച്ചാൽ മതി. പക്ഷെ, കണ്ടുപിടിച്ച് എന്തു ചെയ്യും എന്നും തോന്നിപ്പോയി. മനസ്സ് കുതിരയെ പോലെ ഓടിക്കൊണ്ടിരുന്നു. അതുകൊണ്ട് എനിക്ക് നിൽക്കാനോ ഇരിക്കാനോ കഴിഞ്ഞില്ല. രാത്രി മുഴുവൻ ഞാൻ നഗരത്തിൽ നടന്നുകൊണ്ടിരുന്നു. ഇരുട്ടിൽ ചെറിയ അനക്കമായി കണ്ണിൽപ്പെട്ട ഓരോ ശരീരവും എന്നെ ഞെട്ടിച്ചു. കൈക്കുഞ്ഞുമായി ഒരുത്തി തമ്പാനൂരിന്റെ ഒത്ത നടുക്ക് അഴുക്കുചാലിന്റെ ഉള്ളിലെ ഈർപ്പമില്ലാത്ത സ്ഥലത്തു കിടക്കുകയായിരുന്നു. കുട്ടി നിവർന്നു മിന്നുന്ന കണ്ണുകളിലേക്ക് ഹൃദയമിടിപ്പോടെ നോക്കി.

പുലർന്നതിനു ശേഷം ഞാൻ പാലക്കാട്ടേക്കു പോയി. അവിടുന്നു ചെന്നൈ. പരീക്ഷ കഴിഞ്ഞ് കാത്തിരിക്കുന്ന ദിവസങ്ങളിലൊന്നിൽ പെട്ടെന്ന് സ്വാമി പറഞ്ഞ വാക്കുകൾ മലവെള്ളം പോലെ വന്ന് എന്നെ മുട്ടി. ഒറ്റവാക്കിനും എനിക്ക് അർത്ഥമറിയില്ല എന്നു തോന്നിപ്പോയി. അമ്മയ്ക്ക് ഞാൻ എന്തു പ്രായശ്ചിത്തമാണ് ചെയ്യുക? അമ്മ ദിവസം തോറും, മാസക്കണക്കിൽ, കൊല്ലങ്ങളോളം ആശ്രമത്തിന്റെ വാതുക്കൽ കുറ്റിക്കാട്ടിനുള്ളിൽ വന്ന് ഇരുന്ന് കരഞ്ഞിട്ടുണ്ടാവും. 'ചാമി പുള്ളയെ താ ചാമീ.... ചാമി ചെത്തിരുവേൻ ചാമീ...' എന്നു പറഞ്ഞു കൊണ്ടേയിരിക്കും. ഒരിക്കലും അണയാത്ത ദുഃഖത്തോടെ ഇപ്പോഴും തിരയുന്നുണ്ടാവും. ഇടയ്ക്കിടയ്ക്ക് എവിടെയെങ്കിലും ഇരുന്നു തലമുടിയഴിച്ചിട്ട് 'എനിക്ക് മോനേ കാപ്പാ.... മക്കാ.... കാപ്പാ....' എന്നു പറഞ്ഞു കരയുന്നുണ്ടാവും. ഒരാൾക്കും അമ്മയോട് ഒന്നും അങ്ങോട്ട് പറയാനാവില്ല. പക്ഷെ, എനിക്കെന്താണ് ചെയ്യാനാവുക? എത്ര വലിയ ഭാരമാണ് എന്റെ മീതെ സ്വാമി പൊക്കിവെച്ചിരിക്കുന്നത്!

മൂന്ന്

ഞാൻ ഇന്റർവ്യൂവിന് ചെല്ലുന്ന ദിവസമാണ് തിരുവനന്തപുരത്ത് സ്വാമി സമാധിയായ വാർത്ത വന്നത്. അദ്ദേഹം എന്നോട് 'എന്റെ മരണ വാർത്ത കേട്ട് നീ വരേണ്ടതില്ല. എന്റെയും നിന്റെയും ഒടുവിലത്തെ കാണലാ ഇത്. നമ്മുടെ ഭാഗങ്ങൾ നാം ഏതാണ്ട് പൂർത്തിയാക്കി' എന്നു പറഞ്ഞതിലുണ്ടായ ആഴത്തെയോർത്ത് ഞാൻ ഞെട്ടി. പ്രായമേറി ശരീരം കുറുകിയപ്പോൾ വാക്കുകളും കുറുകിയതുപോലെ. അദ്ദേഹം പറഞ്ഞ ഓരോ വാക്കിനെയും അക്ഷരങ്ങളായിപ്പോലും വേർതിരിച്ച് അർത്ഥം കാണാൻ ശ്രമിക്കുകയായിരുന്നു. അവിടുന്നിങ്ങോട്ട് എന്നും എന്റെ ആഴത്തിലുള്ള ഒരു പ്രവൃത്തിയായിരുന്നു അത്.

മധുരയിലായിരുന്നു എനിക്ക് ആദ്യത്തെ പണി. പോലീസിന്റെ സഹായത്തോടെ ഞാൻ രണ്ടു ദിവസത്തിനുള്ളിൽ അമ്മയെ തേടിപ്പിടിച്ചു. പോലീസ് ജീപ്പിന്റെ പിന്നിലിരുന്ന് നിലവിളിച്ചുകൊണ്ടു വന്ന ആ പരട്ട കിഴവിയാണ് എന്റെ അമ്മ എന്നു കണ്ട ആ ക്ഷണം എന്റെയുള്ളിൽ മുളച്ച വെറുപ്പിനെ ജയിക്കാൻ ഞാൻ സർവശക്തിയുമെടുത്ത് പൊരുതേണ്ടി വന്നു. പൊറ്റപിടിച്ച ദേഹവും മെലിഞ്ഞ് ഒട്ടിയ മുഖവും ദ്രവിച്ച വസ്ത്രങ്ങളുമായി തൊഴുതുകൊണ്ട് കണ്ണീരോടെ കുത്തിയിരുന്ന അമ്മയെ ലാത്തി കൊണ്ട് ഓങ്ങിയടിച്ച് 'എറങ്ങടീ ശവമേ' എന്ന് കോൺസ്റ്റബിൾ ഉത്തരവിട്ടു.

അവൾ 'വേണ്ട തമ്പ്രാ ഒണ്ണും പണ്ണല തമ്പ്രാ ഒണ്ണും പണ്ണല അടിയാത്തി പൊന്നു തമ്പ്രാ...' എന്ന് ഉറക്കെ നിലവിളിച്ചു. രണ്ടു കൈകൊണ്ടും ജീപ്പിന്റെ കമ്പിയിൽ മുറുകെ പിടിച്ചു.

'വലിച്ചു താഴെയിറക്കെടേ.....' എന്ന് ഇൻസ്പെക്ടർ പറഞ്ഞു.

‘ഇതാണോ സാർ അക്യൂസ്ഡ്? കണ്ടാലറിയാമോ.... ഇവള് ഒരു ശവമാ... പിച്ചക്കാരി. ക്രൈമൊന്നും ഇവറ്റകള് ചെയ്യൂല...’

ഞാൻ തലയാട്ടിയപ്പോൾ രണ്ട് കോൺസ്റ്റബിൾമാർ അവളെ കൊണ്ടുവന്ന് എന്റെ ബംഗ്ലാവിന്റെ മുന്നിലിട്ടു. അവൾ ഇഴഞ്ഞ് പൂന്തൊട്ടികളുടെ പിന്നിൽ ഒളിച്ചു. ഒരു ജന്മവാസനയെന്നപോലെ ഇലകൾക്കു നടുവിൽ അവൾ ഒളിച്ചതിലുണ്ടായിരുന്ന ആ സ്വാഭാവികമായ ചലനത്തെയാണ് ഞാൻ ശ്രദ്ധിച്ചത്. എന്നിലുമുണ്ടായിരുന്നു അത്. ഞാനും ഒരാപത്തുകാലത്ത് വളരെ വിദഗ്ധമായി ഇലകളിലൊളിക്കും. ഭയന്ന നായ പോലെ കൈ വിറച്ചുകൊണ്ട് അവൾ അവിടെ ഇരുന്നു.

‘ഞാൻ നോക്കിക്കൊള്ളാം. നിങ്ങൾ പൊയ്ക്കോളൂ.’

അവർ പോയപ്പോൾ ഞാനാണ് അധികാരി എന്നവർക്കു മനസ്സിലായി. എന്നെ നോക്കി കൈകൂപ്പി ‘തമ്പ്രാ കൊല്ലാതെ തമ്പ്രാ, കൊല്ലാതെ തമ്പ്രാ’ എന്നു കരഞ്ഞു.

അവരൊക്കെ പോയതിനു ശേഷം ഞാൻ മെല്ലെ അമ്മയുടെ അടുത്ത് ഇരുന്നു. അവർ വിറച്ചുകൊണ്ട് പൂന്തൊട്ടികളുടെ പിന്നിലേക്കു കൂടുതൽ നീങ്ങി.

‘അമ്മേ ഇതു ഞാനാണ് കാപ്പൻ.’

അമ്മ കണ്ണീരോടെ ‘തമ്പ്രാ തമ്പ്രാ’ എന്നു പറഞ്ഞുകൊണ്ടിരുന്നു.

ഞാൻ അവളുടെ കൈയിൽ തൊട്ടു. ‘അമ്മേ ഇതു ഞാനാ കാപ്പൻ. നിന്റെ മോനാ.... കാപ്പനാണിത്’

അവൾ ശരീരം നന്നായി ചുരുട്ടി ‘തമ്പ്രാ പൊന്നു തമ്പ്രാ’ എന്നു കരഞ്ഞുകൊണ്ട് കണ്ണുകൾ മുറുക്കിയടച്ചു. ഞാൻ എഴുന്നേറ്റു.

അവളുടെ മോനായി ഞാനുണ്ടായിരുന്ന കാലഘട്ടം ഞാൻ ഓർത്തു. അവൾക്ക് മനസ്സിലാകുന്ന ഭാഷ ഒന്നു മാത്രമാണ്. അന്നെനിക്കും ആ ഭാഷ മാത്രമേ അറിയാമായിരുന്നുള്ളൂ. ഞാൻ പണിക്കാരനോട് അമ്മയ്ക്കു ചോറു കൊടുക്കാൻ പറഞ്ഞു. ഒരു വലിയ ഇലകൊണ്ടുവന്ന് അമ്മയുടെ മുന്നിൽ അവൻ വിരിച്ചപ്പോൾ അമ്മ ഞെട്ടി നിവർന്ന് നോക്കി. അതിൽ ചോറ് കുമിച്ചിട്ടപ്പോൾ ഭീതിയോടെ എന്നെ നോക്കി. ‘കഴിച്ചോളൂ’ എന്ന് ഞാൻ പറഞ്ഞതും വലിയ ഉരുളകളായി വാരി വാരി തിന്നുതുടങ്ങി. പിന്നെ പെട്ടെന്ന് ഇലയോടെ ചോറുംകൊണ്ട് എഴുന്നേൽക്കാൻ ശ്രമിച്ചു.

‘ഇരുന്ന് ഉണ്ടോളൂ’ ഞാൻ പറഞ്ഞു.

അമ്മ പിന്നെയും എഴുന്നേൽക്കാൻ ശ്രമിച്ചപ്പോൾ ‘മ് മ്’ എന്നു ഞാൻ

ഒച്ചയുണ്ടാക്കി. അമ്മ ഭയത്തോടെ ഇരുന്ന് ഉണ്ടു. പിന്നെ ചോറും അവളും വേറെയല്ലാതായി. ഒരു മൃഗവും ഇത്ര വൃത്തികേടായി ഭക്ഷണം കഴിക്കില്ല എന്നു തോന്നി. കാരണം മൃഗം ഒരിക്കലും ഇത്രയും വിശപ്പ് അറിഞ്ഞിട്ടു ണ്ടാവില്ല. മൃഗങ്ങൾക്ക് വർത്തമാനകാലത്തിന്റെ വിശപ്പു മാത്രമേയുള്ളൂ.

ഊണു കഴിച്ചു കഴിഞ്ഞപ്പോൾ അമ്മ ശാന്തയായി. അവൾക്ക് എന്റെ സ്നേഹം മനസ്സിലായി. എന്നെ നോക്കി കറുത്ത പല്ലുകൾ കാട്ടി ചിരിച്ചു.

ഞാൻ അമ്മയുടെ അടുത്ത് ഇരുന്ന് 'അമ്മേ ഇത് ഞാനാണ് കാപ്പൻ.... നിന്റെ മോൻ' എന്നു പറഞ്ഞു.

'ശരി' എന്നു തലയാട്ടി അവിടുന്ന് രക്ഷപ്പെടാനുള്ള വഴി നോക്കി.

അമ്മയുടെ മുഖത്തേക്ക് എന്റെ മുഖത്തെ അടുപ്പിച്ച് ഞാൻ പിന്നെയും പറഞ്ഞു. 'അമ്മേ, ഇതു ഞാനാണ് കാപ്പൻ.'

അമ്മ പുറത്തേക്കുള്ള വഴി മാത്രം ശ്രദ്ധിക്കുകയായിരുന്നു. ഞാൻ അമ്മയുടെ കറുത്ത കൈ പിടിച്ച് എന്റെ മുഖത്തു വച്ചു. ആ കൈകൊണ്ട് എന്റെ മുഖം തലോടിച്ചു.

'അമ്മേ ഞാൻ കാപ്പനാ.'

കൈ പിൻവലിച്ച അമ്മ പെട്ടെന്ന് ഞെട്ടി. എന്റെ മുഖത്തു വിറയ്ക്കുന്ന കൈകൊണ്ട് തൊട്ടു. പിന്നെ എന്റെ മുഖത്തിലെ പാടുകളിൽ അവളുടെ ചുരുണ്ട നഖമുള്ള കൈകൾ പരതി ഓടി. നായാടികൾ പരസ്പരം അറി യുന്നത് പാടുകളിലും വ്രണങ്ങളിലും കൂടിയാണ് എന്ന് എനിക്ക് അപ്പോ ഴാണ് മനസ്സിലായത്. അതെ, എന്റെ പാടുകളും വ്രണങ്ങളും മാത്രമല്ലേ ഞാൻ.

പെട്ടെന്ന് അമ്മ 'ലേയ് കാപ്പാ!' എന്നു നിലവിളിച്ച് പറഞ്ഞ് എന്നെ കെട്ടിപ്പിടിച്ചു. കരടി പിടിച്ചതുപോലെ. ചെളിവെള്ളത്തിൽ വീണ് ശ്വാസം മുട്ടുന്നതുപോലെ. മണ്ണിന്റെ ആഴത്തിൽ താഴ്ന്നുപോയതുപോലെ ദ്രവിച്ച് ദേഹം നശിച്ചതുപോലെ.

അമ്മ എന്നെ കെട്ടിപ്പിടിച്ച് എന്റെ തല സ്വന്തം മാറിൽ ചേർത്ത് എന്റെ പിൻതലയിൽ കൈകൊണ്ട് ആഞ്ഞാഞ്ഞടിച്ച് 'കാപ്പാ! കാപ്പാ!' എന്നു അല മുറയിട്ടു. അവൾ എന്നെ ആക്രമിക്കുകയാണ് എന്നു കരുതി പണിക്കാരൻ ഓടി സഹായിക്കാൻ വന്നു. ഞാനും കരയുന്നതുകണ്ട് അവൻ പകച്ചു നിന്നു. ഞാൻ അവനോട് മാറിപ്പോകാൻ ആംഗ്യം കാട്ടി. അമ്മ എന്റെ കൈപിടിച്ച് സ്വന്തം മുഖത്തടിച്ചു. കൈകൊണ്ടും കാലു കൊണ്ടും എന്നെ മുറുകെപ്പിടിച്ചു. എന്റെ ദേഹത്തെ ഒരു പച്ചിലപോലെ കശക്കി തന്റെ ദേഹ

ത്തിൽ പുരട്ടാൻ വെമ്പുന്നതുപോലെ. കഴുത്ത് ഇറുകിയ ആടിന്റെ ഒച്ചയിലായിരുന്നു അമ്മയുടെ കരച്ചിൽ. എന്റെ കവിളു രണ്ടും അമ്മ കടിച്ചു പൊട്ടിച്ചു. മൂക്കിലും വായിലും കണ്ണിലും നിന്ന് ഉറവയെടുത്ത ജലംകൊണ്ട് എന്റെ മുഖവും തോളും ഷർട്ടും ഒക്കെ ഈറനാക്കി. ഞാൻ കീഴടങ്ങി അവിടെ കിടന്നുപോയി. സുഹൃത്തായ ഒരു വന്യമൃഗം എന്നെ ബാക്കിവയ്ക്കാതെ തിന്നു തീർത്തതുപോലെ.

പുറത്ത് സംഭാഷണം കേട്ട് ഞാൻ എഴുന്നേറ്റു. സുധയും ഡോ. ഇന്ദിരയുമാണ്. ഡോക്ടർ എന്നോട് 'Now I got it.... എനിക്ക് അപ്പോൾ തന്നെ ചെറിയൊരു സംശയം ഉണ്ടായിരുന്നു' എന്നു പറഞ്ഞു. എന്തിനെപ്പറ്റിയാണെന്നു മനസ്സിലായില്ല.

ഡോക്ടർ അമ്മയെ പരിശോധിക്കുമ്പോൾ ഞാൻ സുധയെ നോക്കി. അവളുടെ മുഖം വളരെ സാധാരണമായിരുന്നു. ഡോക്ടർ 'ഒരു മാറ്റവും ഇല്ല.... നോക്കാം.' എന്നു പറഞ്ഞ് എഴുന്നേറ്റു. സുധയോട് കണ്ണുകൊണ്ട് യാത്രപറഞ്ഞ് പുറത്തേക്കു പോയി.

സുധ 'മീറ്റിംഗൊന്നും ഇല്ലേ?' എന്നു ചോദിച്ചു.

ഞാൻ 'ഇല്ല' എന്നു പറഞ്ഞു.

'നിനക്ക്?' എന്നു കുറേ കഴിഞ്ഞ് ഞാൻ ചോദിച്ചപ്പോൾ 'മിനിസ്റ്റർ വന്നില്ല' എന്നു സുധ പറഞ്ഞു.

പിന്നെയും ഏതാനും നിമിഷത്തേക്ക് നിശ്ശബ്ദത. സുധ അമ്മയെ നോക്കുന്നതിനെ ഒഴിവാക്കുന്നതായി തോന്നി. ചെറിയൊരു നെടുവീർപ്പോടെ സുധ മൗനത്തെ പൊട്ടിച്ചു.

'ഇവിടെ ഇരുന്നിട്ട് കാര്യമൊന്നുമില്ല. ഓഫീസിലേക്കു പോയ്ക്കോളൂ...'

ഞാൻ മിണ്ടിയില്ല.

'വെറുതെ ഗോസിപ്പ് ഉണ്ടാക്കണ്ട. പോകാനാ പറഞ്ഞത്.'

ഞാൻ പറ്റില്ല എന്ന് തലയാട്ടി.

'ഇവിടെ ഇരുന്ന് എന്തെടുക്കാനാണ്? നിങ്ങളുടെ സ്റ്റാറ്റസ് ഉള്ള ഒരാൾ ഇവിടെയിരിക്കുന്നത് അവർക്കും ബുദ്ധിമുട്ടാ.'

ഞാൻ 'ശരി' എന്നു പറഞ്ഞു.

'ലിസൻ...'

ഞാൻ തറപ്പിച്ച് 'ശരി' എന്നു പറഞ്ഞപ്പോൾ സുധ ചുവന്ന മുഖ

ത്തോടെ 'ഡോണ്ട് ബി റിഡിക്കുലസ്' എന്നു പറഞ്ഞു. ഞാൻ മുഖം തിരിച്ചു കളഞ്ഞു.

സുധ അമ്മയുടെ അടുത്തേക്കു ചെന്ന് കുനിഞ്ഞു നോക്കി.

'Poor lady... Really I can't understand her... Really...' എന്ന് സ്വയമെന്നവണ്ണം പറഞ്ഞു. 'and all that fuss she made... My god....." സാരി നേരെയാക്കി എന്നോട് 'Now I am leaving... എനിക്കിന്ന് മുനിസിപ്പൽ ഓഫീസിൽ ഒരു ചെറിയ മീറ്റിംഗ് ഉണ്ട്. നമുക്ക് വൈകുന്നേരം കാണാം. എന്തെങ്കിലും വാർത്തയുണ്ടെങ്കിൽ അറിയിക്കുക....' എന്നു പറഞ്ഞ് പുറത്തേക്കു പോയി.

ഓഫീസിലേക്ക് പോകാനാണ് ഉദ്ദേശിച്ചത്. പക്ഷെ, കഴിഞ്ഞില്ല. നേരെ തിരുവനന്തപുരം പാതയിൽ പോയി. പാർവതീപുരം കഴിഞ്ഞ് വയലുകളും മലകളും വന്നു തുടങ്ങിയപ്പോൾ എന്റെ ചുമലുകളിലെ മുറുക്കം ഒന്നയഞ്ഞു.

പെട്ടെന്ന് തോന്നി ഒന്നു തിരുവനന്തപുരത്തേക്കു പോയാലെന്ത് എന്ന്. അവിടെ എനിക്കാരുമില്ല. എനിക്ക് കേരളത്തിനോട് ഒരു വെറുപ്പോ അകൽച്ചയോ ഉണ്ട്. എന്നെപ്പോലൊരു കറുത്ത മനുഷ്യന് അവിടെ സ്ഥാനമില്ല എന്ന ചിന്ത. അവിടെയുള്ളവരുടെ മട്ടിലും ഭാവത്തിലുമുള്ള ധിക്കാരം എനിക്ക് എന്റെ നേർക്കുള്ള അധികാരമായിട്ട് മാത്രമേ തോന്നാറുള്ളൂ. മഞ്ഞയുടുത്ത് കണ്ണാടിപ്പെട്ടിക്കുള്ളിൽ ഇരിക്കുന്ന നാരായണഗുരുവിന്റെ പ്രതിമ എന്നോട് 'മാറിപ്പോടാ' എന്നു പറയുന്നതുപോലെ. പ്രജാനന്ദന്റെ സമാധി അദ്ദേഹത്തിന്റെ സ്വന്തം കുടുംബശ്മശാനത്തിലാണ് ഉണ്ടായിരുന്നത്. ഞാൻ ഒരിക്കൽ മാത്രമാണ് അങ്ങോട്ടു പോയിട്ടുള്ളത്. ആരും ശ്രദ്ധിക്കാതെ കാടുപിടിച്ചു കിടക്കുന്ന ഒരു കറുത്ത കൽവിളക്ക്. അതിന്റെ ചുറ്റും ചെങ്കൽപീഠം. ചുറ്റും തെങ്ങും മരച്ചീനിയും കാച്ചിലും കാടായി കിടന്നിരുന്നു. അദ്ദേഹം ജീവിച്ചിരുന്നതിനു തന്നെ ഇന്നു രേഖകളില്ല. എന്നെപ്പോലെ ചിലരുടെ ഓർമ്മകളുണ്ടാവാം.

കുമാരകോവിലിന്റെ പാത വന്നപ്പോൾ ഞാൻ കാർ അങ്ങോട്ടു തിരിച്ചു. കോവിലിൽ കയറാതെ കുളത്തിന്റെ കരയിലേക്കു പോയി. അവിടെ കാർ നിർത്തി ഇറങ്ങി. വെള്ളം നിറച്ചുണ്ടായിരുന്നു. പടികളിൽ ഞാൻ ഇരുന്നു. സിഗരറ്റ് തേടി നോക്കി. ഷർട്ടിൽ ഇല്ല. കാറിലേക്ക് പോകാനും മടി തോന്നി. എന്റെ ഉള്ളിലെ ചിത്രങ്ങൾ മുഴുവൻ അമ്മയുടെ മുഖങ്ങളാണെന്നു കുറെ കഴിഞ്ഞാണു ഞാൻ ശ്രദ്ധിച്ചത്. പണി കിട്ടിയതിനു ശേഷം ഞാൻ അമ്മയെ കാണുന്നതുവരെ എന്റെ മനസ്സിലുണ്ടായിരുന്ന അമ്മയുടെ മുഖം

മറ്റൊന്നാണ്. അത് വേറെ വേറെ മുഖങ്ങളോടു ചേർന്ന് വളരുകയായിരുന്നു. അമ്മ എന്റെ ബോധത്തിൽ വലിയൊരു അമ്മപ്പന്നിപോലെയായിരുന്നു. ശക്തമായ നടത്തവും ക്രൂരമായ പല്ലുകളും മദം പടർന്ന കണ്ണുകളും ഉള്ളവൾ. വരാഹി.

നേരിൽ കണ്ട അമ്മ മറ്റൊരു സ്ത്രീയായിരുന്നു. തികച്ചും മറ്റൊരാൾ. പക്ഷെ, കണ്ടപ്പോൾ തന്നെ മനസ്സിലായി, അതാണ് അമ്മ എന്ന്.

അമ്മയും എന്നെ അങ്ങനെ ഞെട്ടലോടെ അറിയുകയായിരുന്നു. അമ്മയ്ക്ക് ആ ഞെട്ടൽ താങ്ങാനായില്ല. എന്തൊക്കെയോ പുലമ്പി. ഒരിടത്തും ഇരിക്കാനാവാതെ അവിടെയെങ്ങും ഓടി നടന്നു. പെട്ടെന്ന് നിലവിളിച്ചുകൊണ്ട് മാറത്തടിച്ചു കരഞ്ഞു. ഓടി വന്ന് എന്റെ തലമുടി പിടിച്ച് കുലുക്കിയിട്ട് ബോധംകെട്ടു നിലത്തു വീണു. ഞാൻ പണിക്കാരനോടു ബ്രാണ്ടി കൊണ്ടുവരാൻ പറഞ്ഞു. കുടിപ്പിച്ചു. അമ്മ ഉറങ്ങിക്കിടക്കുമ്പോൾ പണിക്കാരനെ പറഞ്ഞയച്ച് നല്ല ചേലയും ജംബറും വാങ്ങിക്കൊണ്ടുവരാൻ പറഞ്ഞു. കാലത്ത് എഴുന്നേൽക്കുമ്പോൾ അമ്മ പുതിയൊരു സ്ത്രീയായി മാറിയിട്ടുണ്ടാവും എന്നു ഞാൻ മോഹിച്ചു. അന്നു രാത്രി മുഴുവൻ ഞാൻ കണ്ട വ്യഥാസ്വപ്നങ്ങളെ ഇന്നോർത്താലും എന്റെ ദേഹം ലജ്ജകൊണ്ട് ചുരുങ്ങിപ്പോകും.

അമ്മ ആ വസ്ത്രങ്ങൾ ധരിക്കാൻ ഒട്ടും സമ്മതിച്ചില്ല. പകരം ഞാൻ എന്റെ ഷർട്ടൊക്കെ ഊരിയിട്ട് തന്റെയൊപ്പം ഇറങ്ങിവരണമെന്ന് ശഠിച്ചു.

'നായാടിക്ക് എതുക്കുടെ തമ്പ്രാൻ കളസം? ഊണരി ഇടുടേ... വേണ്ടാണ്ടേ. ഊരി ഇട്ടുടുടേ...ഊരുടെ മക്കാ' എന്ന് എന്റെ ഷർട്ട് പിടിച്ച് ചീന്തിക്കളയാൻ ശ്രമിച്ചു.

കുട്ടിയുടെ മീതെ ഒരു അന്യവസ്തു ഒട്ടിക്കുന്നതു കണ്ട അമ്മപ്പന്നി പോലെ എന്നെ എന്റെ വസ്ത്രങ്ങളിൽ നിന്ന് വേർപെടുത്തിയെടുക്കാൻ ശ്രമിച്ചു. എനിക്ക് അവളോട് ഒന്നും പറയാൻ പറ്റിയില്ല. വാക്കുകൾ മനസ്സിലാക്കുന്ന സ്ഥിതിയിൽ അവളുണ്ടായിരുന്നില്ല. അവൾക്ക് മടക്കിക്കിട്ടിയ കുട്ടിയോടൊപ്പം തിരുവനന്തപുരത്തെ ചവറ്റുകൂനകളിലേക്ക് മടങ്ങിപ്പോകാനാണ് അമ്മ ശ്രമിച്ചത്.

ഞാൻ കസേരയിൽ ഇരിക്കുന്നതു കണ്ട് അമ്മ ഞെട്ടി വിറങ്ങലിച്ചു പോയി.

'നീ തമ്പ്രാൻ കസേരിയില ഇരുപ്പിയാടേ? അയ്യോ! അയ്യോ! എന്നു നിലവിളിച്ചു. 'എഴീടെ.. എഴീടെ മക്കാ... കൊന്നൂടുവാരെടേ' എന്നു മാറിൽ

അടിച്ചു നിലവിളിച്ചു.

ഇരുപതു കൊല്ലം പുറകിലേക്കു നീങ്ങി അവളെ ഞാൻ മനസ്സിലാക്കാൻ ശ്രമിച്ചു. ഓവ്ചാലിൽ നിന്ന് പുറത്തേക്കു വന്ന നായാടിക്ക് കല്ലേറ് മാത്രമല്ലേ കിട്ടുക? അവന് ഒരു കസേര എന്നാലെന്താണ്? ക്രൂരമായ മൃഗം. രക്തം ഇറ്റിക്കുന്ന കൊലപീഠം.

അമ്മയെ കുടിപ്പിച്ച് ബോധമില്ലാതാക്കി എന്റെ ഒപ്പം മധുരയിലേക്കു കൊണ്ടുപോയി. എന്നോടൊപ്പം അമ്മ ഉണ്ടായിരുന്നത് വെറും പന്ത്രണ്ട് ദിവസങ്ങൾ മാത്രമായിരുന്നു. കൂട്ടിലിട്ട വന്യമൃഗംപോലെ അമ്മ മുട്ടി മുട്ടി ചുറ്റി നിന്നു. അവളെ പുറത്തേക്കു വിടരുതെന്നു പറഞ്ഞ് ഞാൻ കാവൽ നിർത്തി, ഗെയ്റ്റും പൂട്ടിവെച്ചു. എങ്കിലും രണ്ടു തവണ അമ്മ രക്ഷപ്പെട്ടോടി. ഞാൻ പോലിസിനെ അയച്ച് അവളെ പിടിച്ചുകൊണ്ടുവന്നു. അമ്മയ്ക്ക് വീട്ടിൽ ഇരിക്കാനേ കഴിഞ്ഞില്ല. ചോറൊഴിച്ച് വീട്ടിൽ ഒന്നിലും അമ്മയ്ക്ക് താൽപര്യമുണ്ടായിരുന്നില്ല.

എന്നെ കാണാഞ്ഞപ്പോൾ അമ്മ എന്റെ പേരു പറഞ്ഞ് നിലവിളിച്ചു കൊണ്ട് വീടു മുഴുവൻ ചുറ്റിയലഞ്ഞു കരഞ്ഞു. പൂട്ടിയ കതകുകളിൽ ഭ്രാന്തമായി തട്ടി അലമുറയിട്ടു. എന്നെ കണ്ടതും ഷർട്ടൂരിയിട്ടിട്ട് അവളുടെ ഒപ്പം വരാൻ പറഞ്ഞ് കരഞ്ഞു. കസേരയിൽ ഇരിക്കണ്ടാന്ന് പറഞ്ഞ് നിലവിളിച്ചു. ഞാൻ കസേരയിൽ ഇരിക്കുന്നത് കണ്ടാൽ അവളുടെ ദേഹം സന്നിബാധയേറ്റതുപോലെ വിറച്ചു തുള്ളും. എന്റെ ഷർട്ടിട്ട രൂപം അവളെ ഭയപ്പെടുത്തി. ആദ്യം അവൾ കയറിച്ചെന്ന് വല്ല മൂലയിലും കയറി ഒളിക്കും. ഞാൻ ചെന്ന് അവളുടെ ചുമലിൽ തൊട്ടാൽ തൊടലിലൂടെ എന്നെ മനസ്സിലാക്കി നിലവിളിച്ചു തുടങ്ങും. 'കാപ്പാ മക്കളേ കശേര വേണ്ടാ! കളസം വേണ്ടാ!'

പന്ത്രണ്ടാമത്തെ ദിവസമാണ് അമ്മയെ നാലഞ്ചു ദിവസം കാണാതായത്. എനിക്ക് ഉള്ളിൽ ഒരു സമാധാനമാണുണ്ടായത്. അമ്മയെ എന്തു ചെയ്യണമെന്ന് ഒരു പിടിയും ഉണ്ടായിരുന്നില്ല. ആരോടു ചോദിച്ചാലും അമ്മയെ എവിടെയെങ്കിലും പൂട്ടിയിടാം എന്നോ വല്ല സ്ഥാപനത്തിലേക്കും അയയ്ക്കാമെന്നോ മാത്രമാണ് പറഞ്ഞത്. പക്ഷേ, എനിക്ക് അമ്മ സ്വന്തം ലോകത്ത് എങ്ങനെ കഴിയും എന്നറിയാം. ചവറും ചീയലും തിന്ന് തെരുവുകളിൽ ഉറങ്ങി അലയുന്ന അമ്മയുടെ ജീവിതത്തിൽ ഒരുപാട് സന്തോഷങ്ങളും ഉണ്ട്. അവൾക്ക് വേണ്ടപ്പെട്ടവർ ഉണ്ട്. ശത്രുക്കൾ ഉണ്ട്. ഇഷ്ടങ്ങളും ഇഷ്ടക്കേടുകളുമുണ്ട്. അത് വേറെ ഒരു സമൂഹം. പെരുച്ചാഴികളെപ്പോലെ. നമ്മുടെ കാലിനു താഴെ വളരെ വലിയ ഒരു ജീവിതവലയാണത്.

അമ്മ തിരുവനന്തപുരത്ത് എത്തി എന്ന് ഞാൻ ഉറപ്പാക്കി. അത്രയും ദൂരം അമ്മ എങ്ങനെ പോയി എന്നതിലും അത്ഭുതപ്പെടാനൊന്നുമില്ല. അവർക്കു സ്വന്തമായ വഴികളും വഴിത്തുണകളും ഉണ്ട്. ഞാൻ അമ്മയെ എന്റെ ഓർമകളിൽ നിന്നും മായ്ച്ചുകളഞ്ഞു. അന്ന് ഉദ്യോഗത്തിൽ ഞാൻ ഓരോ ദിവസവും വെല്ലുവിളികൾ നേരിടുകയായിരുന്നു. ഒറ്റക്കൊല്ലം കൊണ്ട് എന്റെ എല്ലാ സ്വപ്നങ്ങളും പൊലിഞ്ഞു. അധികാരമെന്ന യന്ത്രത്തിൽ ഞാനൊരു അംഗമായില്ല. അതിൽ ഒട്ടിയിരിക്കുന്ന ആവശ്യമില്ലാത്ത ഒരു സ്റ്റിക്കർ മാത്രമായിരുന്നു.

അധികാരം എന്നത് എന്നും ഒരു കൂട്ടുപ്രവൃത്തിയാണ്. പക്ഷെ, ഓരോ അധികാരിയും താനാണ് അതു കൈകാര്യം ചെയ്യുന്നത് എന്നു കരുതും. നിങ്ങൾ ഭരിക്കുന്നയാൾ ഭരിക്കപ്പെടാൻ സ്വയം സമ്മതിക്കണം. ആ നാടകത്തിൽ തന്റെ റോൾ എന്താണെന്ന് അവൻ അറിഞ്ഞു നിന്നുതരണം. അതിനയാൾക്കു ഭീഷണിയോ, നിർബന്ധമോ, ആവശ്യമോ ഉണ്ടായിരിക്കണം. അധികാരത്തിന്റെ ആ മഹാനാടകത്തിൽ സ്വന്തം റോൾ മനസ്സിലാക്കി അതിനെ കൃത്യമായി ചെയ്യുമ്പോൾ മാത്രമാണ് അധികാരിക്ക് അധികാരം കൈവരുന്നത്. ഒറ്റയ്ക്കാവുമ്പോൾ അവന് ഒന്നും കൈയിലുണ്ടാവില്ല. അവന്റെ അഗ്നിയിൽ ചൂടുണ്ടാവില്ല. ആയുധങ്ങളിൽ മൂർച്ചയുണ്ടാവില്ല.

ഭരണത്തിൽ ഇടപെട്ടു തുടങ്ങുന്ന അധികാരി ആദ്യം അധികാരത്തിന്റെ രുചിയറിയുന്നു. അതെങ്ങനെയാണ് ഉണ്ടാകുന്നത് എന്നും അറിയുന്നു. കൂടുതൽ അധികാരത്തിനായി അവന്റെ മനസ്സ് മോഹിക്കുന്നു. അതിനായി അവൻ സ്വയം മാറുന്നു. മാറിക്കൊണ്ടേയിരിക്കുന്നു. ഏതാനും കൊല്ലങ്ങൾക്കു ശേഷം അവൻ ഭരണത്തിലുള്ള ഏതൊരു അധികാരിയേയും പോലെ മാറിയിട്ടുണ്ടാവും. അവൻ കൊണ്ടുവന്ന ആദർശവും ചിന്തകളും ഒക്കെ മായും. അവന്റെ ഭാഷ, അവന്റെ മുഖം, രൂപം എല്ലാം തന്നെ മറ്റുള്ളവയെപ്പോലെ ആയിത്തീരും.

ഞാൻ ആശിച്ചത് അങ്ങനെയാവാനാണ്. പക്ഷെ, എന്നെ അവർ ആ അധികാരക്കൂട്ടിനുള്ളിൽ അനുവദിച്ചതേയില്ല. എനിക്ക് അവർ തന്ന പണികൾ മാത്രമേ ചെയ്യാനാവൂ. ഒരു ഗുമസ്തനെപ്പോലും എനിക്ക് ഭരിക്കാനാവില്ല എന്നു ഞാൻ മനസ്സിലാക്കി. ഞാൻ പറഞ്ഞ ഒറ്റ വാക്കുപോലും മറ്റുള്ളവരുടെ കാതിൽ വീണില്ല. ചിലപ്പോൾ ഞാൻ ക്ഷമകെട്ട് അലറിവിളിച്ചു. അപ്പോൾ അവർ ആ കണ്ണാടിക്കതകിനപ്പുറത്തുനിന്ന് എന്നെ നോക്കി പുഞ്ചിരി തൂകി. എന്നെ ചൂടൻ എന്നും സമനിലയില്ലാത്ത പ്രാകൃതൻ എന്നും മനസ്സിലാക്കി.

നഗരത്തിലെ മൃഗശാലയിൽ കൂട്ടിൽ കിടക്കുന്ന മൃഗമായി ഞാൻ മാറി. കോപിക്കുംതോറും അത് എന്റെ ജാതിയുടെ സ്വാഭാവികമായ സംസ്കാരമില്ലായ്മയായി ധരിക്കപ്പെട്ടു. പോരാടുംതോറും അത് അതിരുവിട്ട അധികാരമോഹമായി വ്യാഖ്യാനിക്കപ്പെട്ടു. എന്റെ സ്ഥിതി മനസ്സിലാക്കി വെറുതെയിരുന്നാൽ എന്റെ ജാതിക്കു മാത്രമുള്ള കഴിവില്ലായ്മയായി കരുതപ്പെട്ടു. എന്നെ എല്ലാവരും സഹതാപത്തോടെയാണ് കണ്ടത്. എന്നോട് അവർ എപ്പോഴും ക്ഷമിച്ചു. എന്റെ കുറ്റബോധവും വിഷാദവും ഏകാന്തതയും എന്റെ തലമുറയുടെ മാനസിക പ്രശ്നങ്ങളായി ചർച്ച ചെയ്യപ്പെട്ടു. ഓരോ ക്ഷണവും ഞാൻ മുട്ടി തലപൊട്ടിച്ച് മാന്തിപ്പൊളിക്കാൻ ശ്രമിച്ച് ചോരയൊലിപ്പിച്ച ആ കൂടിനെ ഞാൻ എത്തിപ്പിടിച്ച തങ്കപ്പല്ലക്കായി മറ്റുള്ളവർ കണ്ടു.

ഞാൻ സുധയെ കല്യാണം കഴിച്ചതുപോലും ആ മുട്ടലിന്റെ ഭാഗമായിട്ടായിരിക്കാം. വെള്ളപ്പൊക്കത്തിൽ എരുമയെ പിടിച്ചുകൊണ്ട് നീന്തി മറുകരയെത്താൻ ശ്രമിക്കുന്നതുപോലെ. അവൾ എന്നെ അവളുടെ ലോകത്തിലേക്കു കൈപിടിച്ച് കൊണ്ടു ചെല്ലും എന്നു ഞാൻ മോഹിച്ചു. അവളെ ഞാൻ നേടിയത് അവരെ ജയിച്ചതായിട്ടു കരുതപ്പെടുമെന്നു ഞാൻ വിചാരിച്ചു. വൈകുന്നേരത്തെ പാർട്ടികൾ, ജന്മദിനാഘോഷങ്ങൾ, ചിരി, കെട്ടിപ്പിടിക്കൽ, ചുംബനങ്ങൾ, അന്വേഷണങ്ങൾ.... ഞാനാഗ്രഹിച്ചത് അതൊക്കെയാണ്.

പക്ഷെ, കാരുണ്യം എന്ന ആയുധം കൊണ്ട് അവരെന്നെ എപ്പോഴും തോൽപ്പിച്ചു. സഹതാപത്തോടെ എന്നെ അവർ എന്റെ സ്ഥലത്തേക്ക് ആനയിച്ചുകൊണ്ടുപോവും. പിന്നെ കൂടുതൽ കരുണയോടെ എന്നെ അവർ മടക്കിയയയ്ക്കും. സുധ എന്നെ കല്യാണം കഴിച്ചത് എന്തിന് എന്ന് ഞാൻ ഒരിക്കലും ചിന്തിച്ചിട്ടില്ല. എന്റെ പൗരുഷത്തിന്റെ വിജയമായി, എന്റെയുള്ളിലെ കാമുകന്റെ വിജയമായി ഞാൻ അതിനെ കരുതി. എന്റെ ജീവിതത്തിൽ ആത്മവിശ്വാസവും ധൈര്യവും ഒപ്പമുണ്ടായിരുന്ന ഒന്നരമാസക്കാലമായിരുന്നു ഞങ്ങളുടെ മധുവിധുകാലം. അത്രയ്ക്കെങ്കിലും വിഡ്ഢിത്തം എനിക്കുണ്ടായത് നന്നായി. ഇല്ലെങ്കിൽ ആ സന്തോഷവും എനിക്കു നഷ്ടപ്പെടുമായിരുന്നു. പക്ഷെ, സുധയ്ക്ക് യാതൊരു കുഴപ്പവുമില്ല. അവൾ മുമ്പോട്ടു പോകാൻ ആഗ്രഹിച്ചു. എന്നെ കല്യാണം കഴിക്കുമ്പോൾ അവൾ ഒരു പത്രപ്രവർത്തകയായിരുന്നു. എന്നെ പിടിച്ചു കൊണ്ട് അവൾ ഒരു പി. ആർ.ഒ ആയി. ആഗ്രഹിച്ചതു മുഴുവൻ നേടി. ആ കണക്കുകൾക്കു മീതെ അവൾക്കൊരു അലങ്കാരമേൽമുണ്ടും കിട്ടി. പുരോഗമന ചിന്തയുള്ള പരന്ന

മനസ്സുള്ള ആധുനിക സ്ത്രീ. അവൾ ഒരിക്കലും ആ മേൽമുണ്ട് മാറ്റി അവളുടെ മുഖം നോക്കിയിട്ടില്ല.

അധികാരത്തിന്റെ ഉത്തരവാദിത്തം മുഴുവൻ പേറിക്കൊണ്ട്ഒരു അധികാരവും ഇല്ലാതെ ജീവിക്കുന്ന നഗരത്തിൽ ഞാൻ ചെന്നു ചേർന്നു. ഞാൻ പണിയെടുത്ത ഓരോ ഓഫീസിലും എനിക്കു താഴെ ഒരു ശക്തനായ രണ്ടാം നില അധികാരി ഉണ്ടാവും. അയാൾ ആ ഭാഗത്ത് ഏറ്റവും കൂടുതലുള്ള ജാതിയിൽപെട്ടയാളായിരിക്കും. ഭരണകക്ഷിയിലെ പ്രമുഖർക്കോ ഉന്നത അധികാരികൾക്കോ വേണ്ടപ്പെട്ട ആളായിരിക്കും. ഞാൻ വന്ന ഏതാനും ദിവസങ്ങൾക്കുള്ളിൽ മുഴുവൻ അധികാരവും അയാളുടെ കൈകളിലേക്ക് ചെന്നുചേരും. അയാളുടെ ഉത്തരവുകൾ മാത്രമേ നടക്കുകയുള്ളൂ. അയാളാണ് ഭരിക്കുന്നത് എന്ന് എല്ലാവരും അറിഞ്ഞിരിക്കും. എന്നാൽ അയാൾ എന്നോട് ഭവ്യതയോടെ പെരുമാറും. ആ പട്ടുതുണിയുടെ ഉള്ളിൽ ഇരുമ്പുണ്ടെന്ന് എപ്പോഴും എനിക്കയാൾ ഓർമിപ്പിച്ചുകൊണ്ടും ഇരിക്കും.

മധുരയിൽ പണിയെടുക്കുമ്പോഴാണ് പ്രേം ജനിച്ചത്. അവന് എട്ടു മാസം പ്രായമുണ്ടായിരുന്നപ്പോൾ പിന്നെയും അമ്മയെ കണ്ടു. അമ്മ മറ്റൊരു വൃദ്ധനുമായി എന്നെ കാണാൻ മധുരയിലേക്കു വന്നു. ഓഫീസിലേക്കാണ് അവർ വന്നത്. ഞാൻ ബഹുജന കോടതി എന്ന പരിഹാസ്യമായ നാടകത്തിൽ കളിച്ചുകൊണ്ടിരിക്കുകയായിരുന്നു. ദൈവത്തിന്റെ മുന്നിലെത്തുന്നവരെപ്പോലെ കൈയിൽ സങ്കടഹർജിയുമായി കൈകൂപ്പി കണ്ണീരൊഴുക്കിക്കൊണ്ടു വരുന്നവർ, കാലിൽ വീണ് പൊട്ടിക്കരയുന്ന വൃദ്ധകൾ, അവഗണിക്കപ്പെട്ട സ്ത്രീകളുടെ ഉൾവലിഞ്ഞ അപമാനം, അനീതിക്കിരയായവരുടെ എങ്ങോട്ടെന്നില്ലാത്ത രോഷം, ഒന്നുമറിയാത്ത പാവങ്ങളുടെ പ്രതീക്ഷ നിറഞ്ഞ നോട്ടങ്ങൾ, എന്തിനോ ആരോ വിളിച്ചു കൊണ്ടുവന്നു നിർത്തിയിരിക്കുന്ന ആദിവാസികളുടെ പച്ചച്ചിരി, വലിയ കണ്ണുകൾ വിടർത്തി എല്ലാം നോക്കിക്കൊണ്ട് നടന്നു വരുന്ന കുട്ടികൾ..... ഒരുപാടാളുകളുണ്ടാവും. എന്നെ കണ്ടാൽ തന്നെ എല്ലാ പ്രശ്നവും തീരും എന്നു വിശ്വസിക്കുന്നവർ. എന്റെ മുന്നിൽ അവർ തിക്കും തിരക്കും കൂട്ടും. 'ഓരോരുത്തരായി പോവുക, ഞെരിക്കരുത്, തള്ളരുത്' എന്നു മായാണ്ടി പറഞ്ഞു കൊണ്ടേയിരിക്കും. ആ മുഖങ്ങളോരോന്നും എന്നെ വെപ്രാളപ്പെടുത്തും. അവർ നീട്ടുന്ന കടലാസുകളെ ശ്രദ്ധിച്ചു വായിക്കുന്നു എന്ന ഭാവത്തിൽ അവരെ നോക്കുന്നത് ഞാൻ ഒഴിവാക്കും. 'ശരി' 'നോക്കാം' 'പറഞ്ഞില്ലേ?' 'വേണ്ടതു ചെയ്യാം' എന്നു പിന്നെയും പിന്നെയും ഒരേ വാക്കുകൾ തന്നെ പറയും. ആ വാക്കുകൾ പ്രോഗ്രാം ചെയ്തു വച്ചിരിക്കുന്ന ഒരു യന്ത്രമാണ്

ഞാൻ.

അവർക്കായി ഒന്നും തന്നെ ചെയ്യാൻ കഴിയില്ലാന്ന് അവരോട് ഞാൻ തുറന്നു പറയുന്നതിനെപ്പറ്റി ദിവാസ്വപ്നം കണ്ട നാളുകളുണ്ടായിരുന്നു. പറഞ്ഞിട്ടെന്താണെന്നു പിന്നെ കരുതി. പിന്നെയും പിന്നെയും ചവിട്ടിയരച്ചു വാരി പുറത്തിടുന്ന ചവറുകളാണീ മനുഷ്യർ. ഇതുപോലുള്ള ഏതാനും അന്ധവിശ്വാസങ്ങൾ കൊണ്ടാണ് അവർ ജീവിച്ചു പോകുന്നത്. അതിനെ ഊതിക്കെടുത്താൻ എനിക്കെന്താണ് അവകാശം.? പക്ഷെ, ഈ ഹർജികൾ മുഴുവൻ വാങ്ങി വയ്ക്കുന്ന ഞാൻ അവരുടെ സ്വപ്നങ്ങളെ വളർത്തി ഒടുവിൽ നശിപ്പിക്കുകയല്ലേ ചെയ്യുന്നത്.

പക്ഷെ, അവ്വിധം ക്രൂരമായി കൈവെടിയപ്പെടുന്നത് അവർക്കു ശീലമല്ലേ? എത്ര നൂറ്റാണ്ടുകളായി അവർ ഇങ്ങനെ കെഞ്ചി, കാലിൽ വീണ്, ഭിക്ഷയെടുത്ത്, കൈകളിൽ മുത്തി, തമ്പുരാനേ എന്നും ദൈവമേ എന്നും ഉടയോനേ എന്നും തിരുമേനീ എന്നും നിലവിളിച്ച്, വലിച്ചെറിയുന്ന ചണ്ടികൾ വാരിവലിച്ചു തിന്ന് ജീവിക്കുകയല്ലേ? ജീവിച്ചിരിക്കുന്നതിനെ തന്നെ ഒരു വൃത്തികെട്ട അപമാനമായി മാറ്റിവച്ചിരിക്കുകയല്ലേ അവർ? അവരുടെ കണ്ണുകളിലേക്ക് നോക്കിയാൽ ഞാൻ എന്റെ ഷർട്ടം പാന്റും വലിച്ചൂരിയെറിഞ്ഞിട്ട് അവരോടൊപ്പം ഇറങ്ങിച്ചെന്ന് ഒരു സാധാരണ നായാടിയായി നരിക്കുറവനായി നിൽക്കും എന്നു തോന്നിപ്പോകും.

അപ്പോഴാണ് കൂട്ടത്തിൽ നിന്ന് തള്ളിയുന്തി മുന്നിലെത്തിയ എന്റെ അമ്മ 'അത് എനക്ക മോനാക്കും. എനക്ക മോൻ കാപ്പൻ..... കാപ്പാ! ലേ കാപ്പാ! കാപ്പാ! എന്നു നിലവിളിച്ചത്. അവളോടൊപ്പം വന്ന വൃദ്ധനും ചേർന്ന് ഒച്ചയിട്ടു. പോലീസുകാരൻ അവരെ അടിച്ച് പുറത്താക്കാൻ നോക്കിയപ്പോൾ ഞാൻ വിലക്കി.

'ദേ എന്താവിടെ? ടാ നായേ പുറത്തേക്ക് പോടാ.... പൊറത്ത് പോയില്ലേങ്കി നെന്റെ എല്ലൊടിക്കും' എന്നു പറഞ്ഞ് വടി ഓങ്ങിയ പോലീസുകാരനെ 'വേണ്ട ഷൺമുഖം' എന്നു പറഞ്ഞ് ഞാൻ തടഞ്ഞു.

അമ്മ അതേ പാർട്ടിയുടെ കൊടി ചീന്തിയെടുത്ത് മാറിൽ സാരി പോലെ ഉടുത്തിരുന്നു. നരിക്കുറവരിൽ നിന്ന് കിട്ടിയ ഒരു പാവാടവും അണിഞ്ഞിരുന്നു. മൂക്കിൽ അലൂമിനിയത്തിൽ ചെയ്ത മൂക്കുത്തി. തലയിൽ എന്തോ പ്ലാസ്റ്റിക് പൂവ്. രണ്ടാളും എന്റെ മുറിക്കുള്ളിലേക്ക് ഓടിക്കയറി. അമ്മ 'ഇത് എനക്ക മോൻ കാപ്പൻ.... എനക്ക മോനാക്കും.... എനക്ക മോനേ കാപ്പാ മക്കാ' എന്ന് ഉച്ചത്തിൽ നിലവിളിച്ചു. എന്റെ മുഖത്ത് കറുത്ത നഖമുള്ള കൈകൾ കൊണ്ട് അള്ളിപ്പിടിച്ച് കവിളിലും നെറ്റിയിലും ചുംബി

ച്ചു. മുത്തം എന്നാൽ അവൾ ഉദ്ദേശിക്കുന്നത് പല്ലിറുക്കി കടിക്കുന്നതിനെയാണ്. വെറ്റിലച്ചാറ് എന്റെ മുഖത്തിലൂടെ ഒഴുകി. എല്ലാവരും വായ തുറന്ന് നോക്കി നിൽക്കുന്നത് ഞാൻ കണ്ടു.

'അമ്മ അകത്ത് ചെന്നിരിക്ക്... ഞാനിതാ വരാം...' ഞാൻ പറഞ്ഞു.

അമ്മ 'നീ വാലേ മക്കാ' എന്ന് പറഞ്ഞ് എന്റെ കൈക്ക് പിടിച്ചു വലിച്ചു.

ഒപ്പം വന്ന വൃദ്ധൻ തിരിഞ്ഞ് ആൾക്കൂട്ടത്തോട് 'ഇത് ഞങ്ങ കാപ്പനാക്കും. നായാടക്കാപ്പൻ. എല്ലാരും പോക്ക.... ഇണ്ണയ്ക്ക് ഇനി മേൽ ചോറ് കിട്ടാത്.... ചോറ് ഞങ്ങ തിന്നും.... ചോറ് ഇല്ല. പോങ്ക.... പോങ്ക' എന്ന് ഉത്തരവിട്ട് കൈയാട്ടിക്കാണിച്ചു.

ഞാൻ അമ്മയെ വലിച്ചുകൊണ്ടു ചെന്ന് മുറിയിലാക്കി. അപ്പോഴാണ് അമ്മയുടെ ഒപ്പം മറ്റൊരു വൃദ്ധനും വന്നിട്ടുള്ള കാര്യം ഞാനറിഞ്ഞത്. അയാൾ 'കാപ്പാ നീ കളസം പോട്ടു.... നല്ല ചോറു തരൂ മാടേ?' എന്നു ചോദിച്ചു.

'ലേ, നീ ചുമ്മാ കെട. അവൻ എമ്പിട ചോറു തിന്നാലും കേക്കമാട്ടാങ്ക. അവൻ ഇങ്ക രാസാവാക്കും' എന്ന് ആദ്യത്തെ കിഴവൻ വിശദീകരിച്ചു.

'അമ്മേ, നീ ഇവിടെയിരിക്ക്. ഞാനിപ്പം വരാം' എന്നു പറഞ്ഞു ഞാൻ വീണ്ടും പുറത്തേക്കു പോയി.

വന്ന് ഇരുന്നപ്പോൾ തന്നെ ഞാനറിഞ്ഞു എല്ലാവരുടെയും ശരീരഭാഷ മാറിയിരിക്കുന്നു. ഞാൻ അധികാരി വർഗത്തിന്റെ ഒരു ഭാഗം അല്ല എന്ന് എല്ലാവരും മനസ്സിലാക്കിക്കഴിഞ്ഞിരിക്കുന്നു. ഒരാൾ പോലും എന്നോട് കെഞ്ചിയില്ല. ഒന്നും എന്നോടു പറഞ്ഞില്ല. ഹർജികളെ യന്ത്രഗതിയിൽ തന്നിട്ട് അവർ നിശ്ശബ്ദരായി പിരിഞ്ഞുപോയി.

അത്തവണ അമ്മ എന്റെയൊപ്പം ഇരുപതു ദിവസം ഉണ്ടായിരുന്നില്ല. അവർ മൂന്നാൾക്കും എന്റെ ബംഗ്ലാവിന്റെ പിന്നിലുള്ള ഷെഡ്ഡിൽ താമസിക്കാൻ ഞാൻ ഇടം കൊടുത്തു. എന്നാൽ അവർക്കു കൂരയുടെ കീഴെ ജീവിച്ച് ശീലമില്ലായിരുന്നു. അവർ എപ്പോഴും തോട്ടത്തിൽ ചെടികളുടെ നടുക്കായിരുന്നു. ഏതു നേരവും അത്യുച്ചത്തിൽ ശണ്ഠകൂടി. ചിലപ്പോൾ തമ്മിൽ കല്ലും വടികളും എടുത്തടിച്ചു. യുദ്ധം ചെയ്തു. വീടിന്റെ ചുറ്റും ഓടിനടന്ന് പാട്ടുപാടി. രാത്രിയിൽ തോട്ടം മുഴുവൻ മലവിസർജ്ജനം നടത്തിവച്ചു. ഓരോ ദിവസവും അതു വൃത്തിയാക്കുന്ന അരുണാചലം എന്നെ ശപിക്കുന്നതു ഞാൻ കേട്ടു. കേൾക്കാനാണ് അവൻ ശപിച്ചത്.

അമ്മയ്ക്ക് സുധയെ ഒട്ടും ഇഷ്ടമായില്ല. സുധയുടെ വെളുത്ത നിറമാണ് അമ്മയെ ഭയപ്പെടുത്തിയത്. വെളുപ്പ് അമ്മയെ അത്രയ്ക്ക് ഭയപ്പെടുത്തിയതിൽ എനിക്ക് അത്ഭുതമുണ്ടായില്ല. പക്ഷെ, വെളുപ്പിനോട് ഇത്ര പുച്ഛം അമ്മയ്ക്കുണ്ടാവുമെന്നു ഞാൻ ഒരിക്കലും ചിന്തിച്ചിരുന്നില്ല. ആദ്യം സുധയെ കണ്ടപ്പോൾ തന്നെ അമ്മ ഓടി മുറ്റത്ത് ഇറങ്ങി നിന്നുകൊണ്ട് വായിൽ കൈവച്ച് മിഴിച്ചു നോക്കി. സുധ എന്തോ പറഞ്ഞപ്പോൾ 'ത്തൂ' എന്ന് ഉഗ്രമായി കാറിത്തുപ്പി. 'പാണ്ടൻ നായാക്കും ലേ.... ലേ പാണ്ടൻ നായിലേ' എന്നു സുധയെ ചൂണ്ടി വിളിച്ചുകൂവി. സുധ അമ്മയെക്കണ്ട് പേടിച്ച് അടുക്കളയിലും മുറിയിലും കയറിക്കൂടി. അമ്മ സുധയെക്കണ്ടാൽ 'പാണ്ടൻ നായേ' എന്ന് വിളിച്ചു കൂവിക്കൊണ്ട് കൈയിലുള്ളതെന്തായാലും അവളുടെ മീതെ വലിച്ചെറിഞ്ഞു. വസ്ത്രം പൊക്കി ഗുഹ്യാവയവത്തെ കാട്ടി ചീത്ത പറഞ്ഞു. കൊഞ്ഞണം കുത്തി നൃത്തം കളിച്ചു കാട്ടി.

സുധ 'ബാലു പ്ലീസ്.... എന്നോടു കുറച്ചെങ്കിലും സ്നേഹം ഉണ്ടെങ്കിൽ അവരെ എങ്ങോട്ടെങ്കിലും പറഞ്ഞയയ്ക്കൂ. നിങ്ങളെ വിശ്വസിച്ചു വന്നവളാണു ഞാൻ. അതിന് നിങ്ങൾ എനിക്ക് ചെയ്യേണ്ട ഹെൽപ് ഇതാണ്. എനിക്കവരെ താങ്ങാനാവുന്നില്ല' എന്നു പറഞ്ഞു കരഞ്ഞു. തലയിടിച്ചു കരഞ്ഞുകൊണ്ട് അവൾ കിടക്കയിൽ ചുരുണ്ടു കിടക്കുന്നതു ഞാൻ നിർവികാരനായി നോക്കിക്കിടന്നു.

പറയൂ ബാലൂ, ഇങ്ങനെ വെറുതെ കിടന്നാലെങ്ങനെ?'

'പ്ലീസ് സുധ, ഞാനൊന്ന് ചിന്തിക്കട്ടെ. വെറുതെ എങ്ങനെ അയയ്ക്കും?'

'സേ, നിങ്ങൾ അയയ്ക്കില്ല. അവരെ നമുക്ക് ഒന്നും ചെയ്യാൻ പറ്റില്ല. അവർ ഒരു ജീവിതത്തിനു ശീലിച്ചു കഴിഞ്ഞവരാണ്. ഇനിയവരെ നമുക്ക് മാറ്റാൻ പറ്റില്ല. അവർ എവിടെയെങ്കിലും സന്തോഷമായിരിക്കട്ടെ. വേണ്ടതൊക്കെ നമുക്ക് ചെയ്യാം.'

ഞാൻ പ്രജാനന്ദനെയാണ് ഓർത്തുകൊണ്ടിരുന്നത്. അമ്മയ്ക്കു ഞാനൊരു വലിയ അനീതിയാണ് ചെയ്തത്. അതിന് ഞാൻ പകരം ചെയ്യണമെന്നാണ് അദ്ദേഹം പറഞ്ഞത്. ഗുരുവചനമാണ്. അത് ഞാനൊരിക്കലും കടന്നുപോകാൻ കഴിയാത്ത ഉത്തരവുമാണ്. പക്ഷെ, അമ്മയ്ക്കു ഞാനെന്തു ചെയ്യും? അവൾക്കെന്താണ് വേണ്ടത്? അതിനുള്ളിൽ എന്റെ ബംഗ്ലാവിലെ ചോറും അമ്മയ്ക്കു മടുത്തു കഴിഞ്ഞു. അപ്പോൾ അമ്മയെ മുൻപോട്ടു കൊണ്ടുപോയത് സുധയോടുള്ള വെറുപ്പായിരുന്നു. സ്നേഹം പോലെ തന്നെ വെറുപ്പും അതിരുകളില്ലാത്തതാണ് എന്ന് എന്നെനിക്കു

മനസ്സിലായി. കാരണമില്ലാത്ത ജൈവശക്തിയാണ് അമ്മയുടെ വെറുപ്പും സ്നേഹവും. സുധയോട് അമ്മയ്ക്കുള്ള വെറുപ്പ്, അതിന്റെ ആഴം അന്വേഷിച്ചു ചെന്നാൽ എവിടെയാണ് ചെന്നെത്തുക?

അമ്മ അടുക്കളയിൽ കയറി കിട്ടിയതൊക്കെ വാരിവലിച്ചിട്ടു തിന്നും. വീടു മുഴുവൻ വെറ്റ തിന്നു തുപ്പിവയ്ക്കും. സുധയുടെ ജംബറും സാരിയും ബ്രായും പോലും എടുത്തിടും.

'എടീ എനക്ക മോൻ കാപ്പനുക്കുള്ളതാക്കുമെടീ. നീ പോടീ.... നീ ഉൻ വീട്ടുക്കു പോടീ.'

ഓരോ തവണയും അമ്മ സുധയുടെ മുറിയുടെ മുന്നിൽ വന്നു നിന്ന് മൂത്രമൊഴിച്ചിട്ടു പോയി. തന്റെ അതിരുകൾ തീരുമാനിക്കുന്ന മൃഗത്തെപ്പോലെ. സുധ രണ്ടു കൈകൊണ്ടും കാതുകൾ പൊത്തി കണ്ണടച്ച് കുത്തിയിരിക്കും. പക്ഷെ, അമ്മ തന്റെ അഴുക്കു നിറഞ്ഞ കൈകൊണ്ട് പ്രേമിനെ തൊട്ടുനോക്കുന്നതു മാത്രം അവൾക്കു താങ്ങാനേ പറ്റിയില്ല. കുട്ടിയെ കൊടുക്കാതെ രണ്ടു കൈകൊണ്ടും തടുക്കും. കുട്ടിയുടെ മീതെ വീണു കിടന്ന് മറയ്ക്കും. അമ്മ സുധയുടെ മുതുകത്ത് ആഞ്ഞടിച്ചും മുടി പിടിച്ച് വലിച്ചും കാർക്കിച്ചു തുപ്പിയും നിലവിളിക്കും. പുലഭ്യം പറയും. രണ്ടു മൂന്നു തവണ ഞാൻ അമ്മയെ പിടിച്ചുവലിച്ചുകൊണ്ട് ചെന്നു പുറത്തുതള്ളി കതകടച്ചു. ക്രിസ്തുദാസിനോടും ആരോഗ്യമേരിയോടും കുട്ടിയെ അമ്മ തൊടാൻ വിടരുത് എന്ന് പറഞ്ഞു. എങ്കിലും അമ്മ എങ്ങനെയോ അകത്തേക്കു കടന്നു. അപ്പോൾ ഞാൻ പിന്നിലൂടെ ഓടിച്ചെന്ന് കുട്ടിയെ പിടിച്ചു വാങ്ങി. ഒരിക്കൽ പുറത്തു നിന്നു കൊണ്ടുവന്ന എന്തോ ചീഞ്ഞളിഞ്ഞ വസ്തുവിനെ അമ്മ കുട്ടിയുടെ വായിൽ കൊടുക്കുന്നതു കുളിച്ചു പുറത്തേക്കു വന്ന ഞാൻ കണ്ടു. എന്റെ കൈയും കാലുമൊക്കെ വിറച്ചു തുടങ്ങി. അമ്മയെ വലിച്ചു പുറത്തിട്ട് വായിൽ തോന്നിയതൊക്കെ വിളിച്ചു പറഞ്ഞു. ആരോഗ്യം അടുക്കളയിൽ നിന്ന് എന്തോ പറഞ്ഞു. അതിലൊരു വാക്ക് എന്റെ കാതിൽ വീണു. 'കുറമ്പുദ്ധി'. ഞാനതു കേട്ടു കല്ലായി മാറിപ്പോയി. തളർന്നു കസേരയിൽ വീണു.

അമ്മയെ ഞാനായിട്ട് പോകാൻ പറയരുതെന്നാണ് ഞാൻ വിചാരിച്ചത്. കഴിഞ്ഞ തവണ പോയതുപോലെ അമ്മ പോകും എന്നാണ് ഞാൻ കാത്തിരുന്നത്. അങ്ങനെ അമ്മ പോവുകയാണെങ്കിൽ എന്റെ കുറ്റബോധം ഇല്ലാതാവും. പിന്നെ എന്റെ ഗുരുവിനു ഞാൻ ഉത്തരം പറയേണ്ടതില്ല. പക്ഷെ, ഇത്തവണ അമ്മയ്ക്ക് എന്നോടു തന്നെ കഴിയാൻ ശക്തമായ കാരണമുണ്ടായിരുന്നു. സുധയുടെ മീതെയുള്ള വെറുപ്പ്. അതവർക്ക് എല്ലാ

ഊർജവും നൽകി. അവരുടെ സമയം മുഴുവൻ അതിൽ ചെലവായി. അമ്മ ദിവസം മുഴുവൻ നാക്കുതോരാതെ സുധയെ ചീത്ത പറയും. 'വെള്ളപന്നി പാണ്ടൻ നായ...' എന്നു തുടങ്ങിയാൽ അമ്മ പറയുന്ന ഭാഷയിലെ ഒരു പാടു വാക്കുകൾ ഞാൻ കേൾക്കാത്തവയാണ്. ആ അതിരില്ലാത്ത ജീവ ശക്തി മൃഗങ്ങളിൽ മാത്രമുള്ളതാണ്. പുറകിലൊരു ചിന്ത ഇല്ലാത്ത മനസ്സു മാത്രമേ അതിനുള്ള വാഹനമാവുകയുള്ളൂ.

ആ രണ്ടു വൃദ്ധർക്കും കാശുകൊടുത്ത് അമ്മയെ കൂട്ടിക്കൊണ്ടു പോകാൻ ഞാൻ പറഞ്ഞു. അവർ അന്നു തന്നെ കാശോടെ മറഞ്ഞു. അവർ പോയപ്പോൾ അമ്മ കൂടുതൽ ആവേശം ഉള്ളവളായിത്തീർന്നു. രാത്രി അമ്മ തന്നെ പുറപ്പെട്ട് നഗരം മുഴുവൻ അലഞ്ഞു തിരിഞ്ഞ് വെളുപ്പാൻ കാലത്ത് ചവറും ചീഞ്ഞതുമായി വാരിക്കൊണ്ടു മടങ്ങി വന്നു. വലിച്ചെറിഞ്ഞ ഭക്ഷ ണങ്ങൾ, പഴയ വസ്ത്രങ്ങൾ... മിന്നുന്ന എന്തും അവർ എടുത്തു കരുതി. പേരക്കുട്ടിക്കാണ്. അവയൊക്കെ അവർ കാർഷെഡ്ഡിൽ കൂട്ടിവെച്ചു. ചീഞ്ഞ ളിഞ്ഞ എന്തോ ഒന്ന് അമ്മ വലിച്ചു നക്കുന്നത് യാദൃച്ഛികമായി ജനാലയി ലൂടെ കണ്ട സുധ ഓടിച്ചെന്നു ഛർദ്ദിച്ചു. ഒരു പെരുച്ചാഴിയെ ഒരിക്കൽ അമ്മ പഴയ സാധനങ്ങൾ കത്തിച്ചു ചുടുന്നത്, കണ്ടപ്പോൾ ഞാൻ ഓടി ച്ചെന്ന് പിടിച്ച് പുറത്ത് എറിഞ്ഞ് അമ്മയെ ശാസിച്ചു. അവർ എന്നെ അടി ക്കാൻ വന്നു. ഞാനവരെ പിടിച്ച് തള്ളിയപ്പോൾ മലർന്നു വീണു. നഗ്ന യായി കിടന്നവർ അങ്ങനെത്തന്നെ എഴുന്നേറ്റ് എന്നെ ആക്രമിക്കാൻ വന്നു. ഒരു കല്ലെടുത്ത് എന്നെ നോക്കി എറിഞ്ഞു. അവരെ ബലമായി പിടിച്ചു കൊണ്ടു ചെന്ന് കാർഷെഡ്ഡിൽ തള്ളി കതകടച്ചിട്ട് ശ്വാസം വിടാനാവാതെ കുറേ സമയം നിന്നു. ജനാലകൾ മുഴുവൻ കണ്ണുകളായി മാറി എന്നെ നോക്കുകയായിരുന്നു. നേരെ കുളിമുറിയിലേക്കു ചെന്ന് ഷവർ തുറന്നു വിട്ടിട്ട് പൊട്ടിക്കരഞ്ഞു. വെള്ളത്തിലൂടെ എന്റെ കരച്ചിലും ഒഴുകി വൈഗൈ യിൽ എത്തിയിട്ടുണ്ടാവും. കടലിലും.

സുധ വാതുക്കൽ നിന്നിരുന്നു. എന്റെ പിന്നിൽ വന്ന് 'ഞാൻ പോകു ന്നു. എന്റെ കുട്ടിയും ഞാനും എങ്ങോട്ടെങ്കിലും പോകാം. ഇനി ഇതിനെ സഹിക്കാൻ എനിക്കു പറ്റില്ല. ഒന്നുകിൽ ഞാൻ, ഇല്ലെങ്കിൽ നിങ്ങളുടെ അമ്മ.... തീരുമാനിച്ചോളൂ' എന്നു പറഞ്ഞു.

'ഞാൻ അമ്മയെ വിട്ടുകളയരുതെന്നാ എന്റെ ഗുരു എന്നോടു പറ ഞ്ഞത്. നീ പോയാൽ ഞാൻ ദുഃഖിക്കും. കുറേശ്ശെയായി മരിക്കും. പക്ഷെ, അമ്മയെ തുരത്താൻ എനിക്കു പറ്റില്ല. അമ്മ അവൾക്കിഷ്ടമുള്ളതു ചെയ്യും' ഞാൻ പറഞ്ഞു.

സുധ കുറേനേരം എന്നെ നോക്കിനിന്നു. അവളുടെ തല വിറച്ചു കൊണ്ടിരുന്നു. പിന്നെ പെട്ടെന്ന് തന്റെ തലയിൽ ആഞ്ഞാഞ്ഞടിച്ചു നില വിളിച്ചുകൊണ്ട് നിലത്തിരുന്നു. അവളുടെ നിലവിളി കേട്ടുകൊണ്ട് ഞാൻ മുറിയിൽ കയറി, ഒരു പുസ്തകമെടുത്ത് വിരിച്ച് അക്ഷരങ്ങളെ നോക്കി ക്കൊണ്ടിരുന്നു.

രാത്രിവരെ അമ്മ കാർഷെഡ്ഡിലായിരുന്നു. കതകിൽ അവൾ മുട്ടി മുട്ടി അമറി. ഞാൻ പുറത്തിറങ്ങി മീനാക്ഷിയമ്മൻ ക്ഷേത്രത്തിലും മറ്റും പോയിട്ട് രാത്രി മടങ്ങി വന്നു. വസ്ത്രം മാറ്റിയിട്ട് കാർ ഷെഡ്ഡിലേക്കു പോയി കതകു തുറന്നു. ഉള്ളിൽ മൂത്രവും മലവും കലർന്ന നാറ്റം നിറഞ്ഞിരുന്നു. അമ്മ എഴുന്നേറ്റ് എന്നെ അടിക്കും എന്നാണ് ഞാൻ കരുതിയത്. പക്ഷെ അമ്മ ഒരു മൂലയ്ക്ക് തലയിൽ കൈവെച്ച് കുത്തിയിരുന്നു.

'അമ്മേ, ചോറു വേണോ?' ഞാൻ ചോദിച്ചു.

തലയാട്ടി. ഞാൻ തന്നെ അമ്മയ്ക്കു ചോറു വിളമ്പി. ആവേശ ത്തോടെ അമ്മ ചോറു വാരി വാരി വായിലിട്ട് വിങ്ങിയും മിഴിച്ചും തിന്നു ന്നതു കണ്ടപ്പോൾ എന്റെ ദേഹമാസകലം നിന്നു കത്തി. ജീവിതത്തിലൊ രിക്കലെങ്കിലും വിശപ്പിനു പകരം രുചിയെ അവൾ അറിഞ്ഞിട്ടുണ്ടാവുമോ? അമ്മയെ കെട്ടിപ്പിടിച്ച് നിലവിളിച്ച് കരയണമെന്നു തോന്നി. ചോറുണ്ടു തുട ങ്ങിയാൽ നിർത്താൻ അമ്മയ്ക്കറിയില്ല. ഇല ഒഴിയുന്നതും താങ്ങാനാവി ല്ല. 'പോട് പോട്' എന്ന് നിലത്തു കൈകൊണ്ട് തട്ടി പറഞ്ഞുകൊണ്ടേയി രുന്നു. ഞാനും അങ്ങനെയായിരുന്നു. ഈ ദേഹത്തിലെ ഒരു തുണ്ടാണ് എന്റെ ദേഹം. ഇന്നത്തെ ദേഹത്തിന്റെയുള്ളിൽ അതിപ്പൊഴും ഉണ്ട്.... ഉണ്ടു കഴിഞ്ഞ് എച്ചിൽകൈ സ്വന്തം ദേഹത്തു തന്നെ തൂത്തിട്ട് അമ്മ അവിടെ ത്തന്നെ കിടന്നു. ഞാൻ അകത്തു ചെന്ന് അരക്കുപ്പി ബ്രാണ്ടി കൊണ്ടു വന്നു കൊടുത്തു. വാങ്ങി ഒറ്റവലിക്കു കുടിച്ചിട്ട് അമ്മ കിടന്നു. വലിയ ഏമ്പക്കം വന്ന് വയറ് അനങ്ങി. വയറ് നിറഞ്ഞതും അതിനു മുമ്പുള്ള എല്ലാം അവൾ മറന്നു. പല്ലുകൾ കാട്ടി ചിരിച്ചുകൊണ്ട് 'എന്നടേ കാപ്പാ?' എന്നു വിളിച്ച് കൈനീട്ടി. ഞാൻ അടുത്ത് ഇരുന്നു. അമ്മ എന്നെ തലോടി ത്തുടങ്ങി. എന്റെ പാടുകളിലൂടെ അവളുടെ തണുത്ത വിരലുകൾ സഞ്ച രിച്ചു.

'ലേ കാപ്പാ, ആ വെള്ളപ്പന്നി പോയാക്കും മക്കാ... അവ ഏതുക്ക് വെളുത്തിരിക്കാ തെരിയുമാ? ഉനക്ക രെത്തം മുഴുക്ക ഉറിഞ്ചി കുടിച്ചിട്ടിരു ക്കാലേ.' പെട്ടെന്ന് എന്റെ ലിംഗത്തിൽ പിടിച്ച് 'ലേ ഇതു വളിയാ അവ ഉനക്ക രെത്തം മുളുക്കെ ഉറിഞ്ച് കുടിക്കാലേ' എന്നു പറഞ്ഞു.

ഞാൻ അവളുടെ കൈ തട്ടിമാറ്റി.

'മക്കാ, ഈ കളസവും ചട്ടയും വേണാംലേ. കശേരയിലിരിപ്പ് വേണ്ടാം ലേ. തമ്പ്രാന്മാർ നിന്നെ കൊല്ലുവാരെലേ... നീ നാളെ എനക്കക്കൂടെ വന്തിരുലേ നാമ ഊരുക്ക് പോവോം. നാൻ ഉന്നെ പൊന്നുമാതിരി പാത്തുക്കിടുതേൻ. വാറിയാലേ മക്കാ? അമ്മയില്ലാലേ വിളിക്കേൻ?'

കണ്ണു തളരുന്നതുവരെ അതുതന്നെയാണ് അമ്മ പറഞ്ഞുകൊണ്ടിരുന്നത്. വീണ്ടും വീണ്ടും അതുതന്നെ. കസേര വേണ്ട. അത് തമ്പുരാന്മാർക്കുള്ളതാണ്. നീ അതിലിരിക്കുന്നത് പൊറുക്കുകയില്ല. നിന്നെ കൊല്ലാൻ വേണ്ടിയാണ് അവർ ഈ വെളുത്ത യക്ഷിയെ മന്ത്രിച്ചു വിട്ടിരിക്കുന്നത്. അവൾ നിന്റെ രക്തം കുടിക്കും.

അമ്മ ഉറങ്ങിയതിനു ശേഷം ഞാൻ എന്റെ മുറിയിലെത്തി. എന്റെ ദേഹം മുഴുവൻ അമ്മയുടെ ചൂരടിച്ചു. അമ്മ പറയുന്നത് ഭ്രാന്താണെങ്കിലും അതിൽ ഒരു സത്യം ഇല്ലേ? ഞാനിരിക്കുന്നത് യജമാനന്മാരുടെ കസേരയിലല്ലേ? അവർ അതിനു പ്രതികാരമായി എന്നെ കൊന്നുകൊണ്ടിരിക്കുകയാണോ? എന്റെ മായകൾക്കും ജാടകൾക്കും അപ്പുറത്തുനിന്നുകൊണ്ട് മാസ്മര വിദ്യക്ക് വശപ്പെടാത്ത മൃഗം പോലെ അമ്മ സത്യം തിരിച്ചറിയുകയാണോ?

നാല്

ഞാൻ ഓഫീസിലെത്തിയപ്പോൾ നാലര മണിയായി. മുറിയിൽ ചെന്നിരുന്ന് കുഞ്ഞൻ നായരോട് പലഹാരം വാങ്ങി വരാൻ പറഞ്ഞു. കഴിച്ചു. ഞാൻ എന്താണിവിടെ ചെയ്യുന്നത്? എന്റെ കുറവുകൾക്കും ബലഹീനതകൾക്കും കാരണങ്ങൾ അന്വേഷിക്കുകയാണോ? സുധ പറയുന്നത് അതാണ്. ഞാൻ എന്തുകൊണ്ടാണ് ഒന്നും ചെയ്യാത്തത്? 'നീ പറയുന്ന കാരണങ്ങൾ മുഴുവൻ നിന്റെ അപകർഷതാബോധം കൊണ്ട് ഉണ്ടാക്കുന്ന ഭാവനകൾ മാത്രം. നീ എന്താണു ചെയ്യേണ്ടത് എന്നു നിനക്കറിയാം. നീയത് ഒരിക്കലും ചെയ്യുന്നില്ല....'

ചെയ്യേണ്ടത് എന്നാൽ ഒന്നു മാത്രം. ഞാൻ എന്നെപ്പോലുള്ളവരുടെ ശബ്ദമായും കൈയായും ഈ ഗവൺമെന്റിനുള്ളിൽ പ്രവർത്തിക്കണം. എന്നെപ്പോലുള്ളവർ എന്നാൽ തോട്ടികൾ വാരിയെടുത്ത് ഷെഡ്ഡുകളിൽ കൊണ്ടു ചെന്നിടുന്ന മനുഷ്യചവറുകൾ തന്നെ. പൊതു ആരോഗ്യത്തിനായി കോടികൾ ഒഴുക്കുന്ന ഒരു സർക്കാർ അവർക്കായി ഏതാനും ആയിരങ്ങൾ ചെലവഴിച്ചാലെന്ത്? കഴിയില്ലെങ്കിൽ അതു പറയുക. അത് എഴുതി വയ്ക്കുക.

ഞാൻ എഴുതിത്തുടങ്ങി. എന്റെ കൈകൾ വിറച്ചു. അരുതാത്തത് എന്തോ ചെയ്യുന്നതുപോലെ ചെറിയ ശബ്ദങ്ങൾ കേട്ടപ്പോഴൊക്കെ ഞാൻ ഞെട്ടി. എന്റെ റിപ്പോർട്ട് പൂർണമാക്കിയപ്പോൾ രാത്രിയായിക്കഴിഞ്ഞിരുന്നു. കഴുതച്ചന്ത ഷെഡ്ഡുകളിൽ ഞാൻ കണ്ടതു മുഴുവൻ വിശദമായി എഴുതി. ഉടൻ തന്നെ നടപടി വേണമെന്ന് അഭ്യർത്ഥിച്ചു.

എന്തു നടപടിയാണ് എടുക്കുന്നത് എന്ന് എനിക്ക് മൂന്നു ദിവസത്തിനകം എഴുതി അറിയിക്കണം. ഇല്ലെങ്കിൽ എന്റെ സ്വന്തം അധികാരം ഉപയോഗിച്ച് ഞാൻ ഡിസ്ട്രിക്ട് മെഡിക്കൽ ഓഫീസറുടെ മീതെ കടുത്ത നടപടി എടുക്കേണ്ടി വരും. ഡി.എം.ഒ.യ്ക്കും കത്തിന്റെ പകർപ്പുകൾ അയയ്ക്കണമെന്ന് ഉത്തരവിട്ടു. നിറവോടെ ഒരു സിഗരറ്റ് കത്തിച്ചു.

വൈകുന്നേരം വീണ്ടും ഒരിക്കൽക്കൂടി ആശുപത്രിയിലേക്കു പോകാൻ ഉദ്ദേശിച്ചതാണ്. പോയില്ല. വീട്ടിലെത്തി ഭക്ഷണം കഴിച്ചിട്ട് ഉടൻ തന്നെ കിടന്നുറങ്ങി. സുധ എന്നോട് എന്തൊക്കെയോ സംസാരിക്കാൻ ആഗ്രഹിച്ചു. പക്ഷെ ഞാൻ അപ്പോൾ വാക്കുകൾ കേൾക്കാനുള്ള സ്ഥിതിയിലായിരുന്നില്ല. ഒരു മണിക്കൂർ ഉറങ്ങിയിട്ടുണ്ടാവും, ഞാൻ ഉണർന്നു. സുധ ഉറക്കമായിരുന്നു. എ.സിയുടെ രാഗവും ക്ലോക്കിന്റെ താളവും. പുറത്തു ചെന്ന് സിഗരറ്റ് കത്തിച്ചു. സിഗരറ്റ് കൂടിയതുകൊണ്ടാണോ ഉറക്കം ഇല്ലാതാവുന്നത്? നാളെ പുലർന്നതും തന്നെ ഡി.എം.ഒയെ ഞാൻ വിളിച്ചു സംസാരിച്ചാലോ? വേണ്ട ഒരു ദിവസം ക്ഷമിക്കാം. പത്രക്കാരെയും കൂട്ടിക്കൊണ്ട് ഒരു ആശുപത്രി വിസിറ്റ് ചെയ്യാം. എല്ലാവരെയും ഒന്ന് സഹിക്കാം.

അവർ എന്തു പറയും എന്ന് എനിക്ക് നന്നായിട്ടറിയാം. കഴിഞ്ഞ ഒന്നരക്കൊല്ലത്തിനിടയ്ക്ക് ഞാൻ കാണാത്തവ കുറവാണ്. അന്തസ്സ്, അഭിമാനം തുടങ്ങിയ വാക്കുകളുടെ പൊരുൾ തന്നെ എന്റെ ജീവിതത്തിൽ ഇല്ലാതായി. അമ്മ അവയുടെ അവസാനത്തെ തടങ്ങളും മായിച്ചിട്ടാണ് പോയത്. മധുരയിൽ താമസിച്ചിരുന്ന അമ്മ ഒരു ദിവസം പ്രേമിനെയും കൊണ്ട് അപ്രത്യക്ഷയായി. സുധ ബോധംകെട്ടു വീണു. ഞാൻ എസ്.പിയെ വിളിച്ചു പറഞ്ഞു. നഗരം മുഴുവൻ പോലിസ് പരക്കം പാഞ്ഞു. മുക്കാൽ മണിക്കൂറിൽ അമ്മയെ അവർ പിടിച്ചു. നഗരത്തിലെ പ്രധാനപ്പെട്ട ഒരു ഹോട്ടലിന്റെ പിന്നിലുള്ള എച്ചിൽ കൂനയിൽ മേയുകയായിരുന്നു അമ്മ. കയ്യിൽ കിട്ടിയ അഴുക്കു മുഴുവൻ പ്രേമിനു കൊടുത്തു കഴിഞ്ഞിരുന്നു.

സുധ ഉണ്ടയേറ്റ മൃഗം പോലെ പാഞ്ഞുവന്ന് കുട്ടിയെ പിടിച്ചു വാങ്ങി. അവന്റെ വായിലും മാറിലും ഒക്കെ ചീഞ്ഞ ഭക്ഷണമായിരുന്നു. അവനെ കെട്ടിപ്പിടിച്ച് ചുംബിച്ചുകൊണ്ട് അവൾ അവിടെത്തന്നെ കിടന്നുപോയി. ഞാൻ ഒന്നും ചെയ്യാനാവാതെ, ഒറ്റ ചിന്ത പോലുമില്ലാതെ നിന്നു. ജീപ്പിൽ നിന്നിറങ്ങി 'ഏലേ കാപ്പാ!' എന്നു നിലവിളിച്ചു കൊണ്ടു വന്ന അമ്മയെക്കണ്ടപ്പോൾ എന്റെയുള്ളിൽ നിന്ന് എന്തോ പൊന്തിവന്നു. താഴെക്കിടന്ന ഒരു ഹോസ്പൈപ്പിന്റെ തുണ്ട് കൈയിലെടുത്ത് ഞാൻ പറഞ്ഞു.

'ഓടെടീ... ഓടെടീ നായെ.... ഇനി ഈ വീട്ടിൽ കാലുകുത്തരുത്.... ഓട് ഓട്' എന്നു പുലമ്പിക്കൊണ്ട് അമ്മയെ മാറി മാറി അടിച്ചു. അമ്മ നിലത്തുകിടന്ന് പുളഞ്ഞ് നിലവിളിച്ചു. ഞാനവരെ ചവിട്ടി.

എന്നെ എസ്.ഐ പിടിച്ചു തടഞ്ഞു. അമ്മ എഴുന്നേറ്റോടി. തെരുവിൽ നിന്ന് 'ലേ കാപ്പാ നീ നശമാ പോവേ... ചങ്കടച്ച് ചാവേ.. വെള്ളപ്പന്നി

നിന്റെ രക്തം കുടിച്ച് നീ ചത്ത്പോവേ' എന്ന ശാപമിട്ടുകൊണ്ട് മാറിലും വയറ്റിലും അടിച്ച് കരഞ്ഞു. അരയിലെ വസ്ത്രം ഊരി എന്റെ മുന്നിൽ എറിഞ്ഞിട്ട് നഗ്നയായി നിന്ന് കൊഞ്ഞണം കാട്ടി. വൃത്തികെട്ട പലതരം ആംഗ്യങ്ങൾ കാട്ടി പുലഭ്യം പറഞ്ഞു.

'സാർ അകത്തേയ്ക്കു പോയ്ക്കോളൂ' എസ്.ഐ. പറഞ്ഞു.

ഞാൻ മുറിയിലേക്കു പോയതും ആദ്യം ചിന്തിച്ചത് ഫാനിൽ കുരുക്കിട്ട് തൂങ്ങിച്ചാവുന്നതിനെപ്പറ്റിയായിരുന്നു. പലതരത്തിൽ പല സ്ഥലങ്ങളിൽ ഞാൻ ആത്മഹത്യ ചെയ്തുകൊണ്ടേയിരുന്നു.

അമ്മയെ പിടിച്ചു ജീപ്പിൽ കയറ്റി നഗരത്തിലെ പ്രധാന ക്രിസ്ത്യൻ ആശ്രമത്തിൽ കൊണ്ടാക്കി. അവിടുന്ന് ഒരു വൃദ്ധസദനത്തിലേക്കു കൊണ്ടുപോയി. ഞാൻ വേണ്ട കാശു കൊടുത്തയച്ചു. അമ്മയെ പിന്നെ കാണാനുള്ള ധൈര്യം എനിക്കുണ്ടായില്ല. എന്റെയുള്ളിൽ ഓരോ ക്ഷണവും തീ കത്തിയെരിയുകയായിരുന്നു. എന്റെ ചോര മുഴുവൻ അമ്ലമായി മാറിയതുപോലെ. ഉള്ളിലെ അവയവങ്ങൾ മുഴുവൻ വെന്തുരുകി വയറ്റിൽ വീണുകറങ്ങി. പിറ്റേ ദിവസം മുതൽ പ്രേമിന് വയറ്റിളക്കവും ഛർദ്ദിയും തുടങ്ങി. കടുത്ത പനി. പന്ത്രണ്ടു ദിവസം അവൻ ആശുപത്രിയിലായിരുന്നു. രണ്ടു തവണ ആപത്ഘട്ടത്തിലെത്തി.

ഞാനും സുധയും ആശുപത്രിയിൽ തന്നെയായിരുന്നു. സുധ രാവും പകലും അഴിഞ്ഞ തലയും ഉലഞ്ഞ വസ്ത്രങ്ങളുമായി അവന്റെ കാൽക്കൽ ഇരുന്നു. അവളോട് ഒറ്റ വാക്കുപോലും ഞാൻ മിണ്ടിയില്ല. മിണ്ടിയാൽ അവൾ ചാടിവന്ന് എന്റെ ചങ്ക് കടിച്ചു തുപ്പിക്കളയും എന്നു തോന്നി. പ്രേമിന്റെ പനി തിളച്ച ചെറിയ വെളുത്ത മുഖത്തു നോക്കിക്കൊണ്ട് ഞാൻ ഇരുമ്പു കസേരയിൽ രാത്രി മുഴുവൻ ഇരിക്കുകയായിരുന്നു. കൈരണ്ടും വിരിച്ച് വെളുത്ത മാറ് കയറി ഇറങ്ങി അവൻ കിടന്നു. നാലഞ്ചു ദിവസം കൊണ്ടു തന്നെ എല്ലുകൾ ഉന്തി. ചർമ്മം വരണ്ടു. മറ്റേതോ കുട്ടിയാണ് അവിടെ കിടക്കുന്നത് എന്ന് ചിലപ്പോൾ തോന്നിപ്പോയി. മരണം അവനെ വന്ന് തൊട്ടിട്ട് പോയിരിക്കുന്നു. അപ്പോഴും മുറിക്കുള്ളിൽ അതുണ്ട്. അതിനെ തടയാനാണ് ഭ്രാന്തെടുത്ത ഏതോ വനദേവത മാതിരി അവന്റെ അമ്മ കാൽക്കൽ ഇരിക്കുന്നത്.

അവനെ നോക്കിയപ്പോൾ തണുത്ത ഒരു വാൾ എന്റെ വയറ്റിൽ കയറിയിറങ്ങുന്നതായി തോന്നി. ആ വേദന എനിക്കു വേണ്ടായിരുന്നു അപ്പോൾ. ആർക്കൊക്കെയോ ഞാൻ കണക്കു കൊടുക്കുകയായിരുന്നു അതിലൂടെ. രാത്രിയുടെ അന്ത്യത്തിൽ സുധയും ഒന്നുറങ്ങിക്കഴിഞ്ഞപ്പോൾ എന്റെയുള്ളിൽ നിന്ന് മറ്റൊരാൾ പുറത്തു വന്ന് കുട്ടിയെ നോക്കി. ഞാൻ

ഇവന്റെ പ്രായത്തിൽ ഇതാണല്ലോ തിന്നത്. എങ്ങനെയോ ഞാൻ മരിക്കാതെ വളർന്നു. എന്നെപ്പോലെ ധാരാളം കുട്ടികൾ ഉണ്ടായിരുന്നു. മിക്കവാറും കുട്ടികൾ മഴക്കാലം കഴിയുമ്പോൾ മരിക്കും. എന്റെയമ്മ എങ്ങനെയായാലും പത്തുകുട്ടികളെയെങ്കിലും പെറ്റിട്ടുണ്ടാവും. ചത്ത കുട്ടികളെ കാലിൽ പിടിച്ച് പൊക്കിയെടുത്ത് ചുഴറ്റി കരമനയാറ്റിൽ എറിയും. വെള്ളം നുരച്ചൊഴുകുന്ന ആറ്റിന്റെ ചുവന്ന വായ തുറന്ന് കുട്ടികളെ വാങ്ങി വിഴുങ്ങുന്നത് ഞാൻ കണ്ടിട്ടുണ്ട്. ആറ്റിൽ എറിയുന്നതിനു മുമ്പ് നഗ്നയായി ഇലകളുടെ മീതെ മഴ നനഞ്ഞ് കിടന്ന എന്റെ അനുജത്തിയെ ഞാൻ കണ്ടിട്ടുണ്ട്. ചെറിയ കറുത്ത മുഖത്ത് ചെറിയ വായ. അതിൽ ഒറ്റപ്പല്ല്. 'ത്തിന്ന! ത്തിന്ന!' എന്നു ചോദിക്കും ആരെക്കണ്ടാലും. ആ ഒറ്റ വാക്കേ അവൾക്കു പറയാനുണ്ടായിരുന്നുള്ളൂ. ആ വാക്ക് കുറേ പറഞ്ഞു കഴിഞ്ഞപ്പോൾ അവളുടെ പണി കഴിഞ്ഞു എന്നു കരുതി പുഴ അവളെ വിളിക്കുകയായിരുന്നു. ആ ഒറ്റവാക്ക് അപ്പോഴും അവളുടെ ചുണ്ടുകളിൽ നിലച്ചിരിക്കുന്നതു ഞാൻ കണ്ടു. 'തിന്നാൻ'.

പെട്ടെന്ന് എന്റെയുള്ളിൽ പൊന്തിവന്ന ക്രോധത്തെ ഞാനൊരിക്കലും മറക്കുകയില്ല. ഈ വെളുത്ത കുട്ടി ആ തീറ്റയിൽ ഒരു വായ കഴിച്ചതിന്റെ പേരിൽ ചാവുകയാണെങ്കിൽ ചാകട്ടെ. അവിടെ മുകളിൽ ഇതിന്റെ ബന്ധുക്കൾ ഇതിനെക്കാത്ത് ഇരിപ്പുണ്ടാവും. അവർക്ക് ഇതിനോട് പകയോ സ്നേഹമോ ഉണ്ടാവും. അടുത്ത ക്ഷണം ആ ചിന്തയ്ക്കായി ഞാൻ സ്വയം ശപിച്ചു. എന്റെ തലയിൽ ഞാൻ കൈകൊണ്ട് മാറി മാറി അടിച്ചു. മുട്ടിലിരുന്ന് എന്റെ കൺമണിയുടെ പിഞ്ചു കാലുകളിൽ ചുംബിച്ച് കണ്ണീരൊഴുക്കി കരഞ്ഞു.

അമ്മ രണ്ടു ദിവസം പോലും ആശ്രമത്തിലുണ്ടായിരുന്നില്ല. അവരുടെ കണ്ണുവെട്ടിച്ച് അവൾ രക്ഷപ്പെട്ട കാര്യം എന്നോടു വളരെ മടിച്ചു മടിച്ചാണ് വന്നു പറഞ്ഞത്. ഞാനത് അത്ര കാര്യമാക്കിയില്ല. അന്നു മുതൽ എന്റെ വ്യക്തിത്വത്തിൽ ഒരു മാറ്റമുണ്ടായി. ഞാൻ ക്രൂരനായി മാറി. ക്ഷമിക്കാത്തവനായി. ഏതു നേരവും കയ്പ് നിറഞ്ഞ മനസ്സുള്ളവനായിത്തീർന്നു. ദിവസവും ഞാനെന്റെ കീഴുദ്യോഗസ്ഥർക്ക് ശിക്ഷ കൊടുത്തു. ശാസിച്ചു. അവർ വളരെ എളുപ്പം എനിക്കു മുകളിൽ പോയി അത് റദ്ദു ചെയ്യുകയായിരുന്നു. എന്റെ മുന്നിൽ അവർ പരിഹാസം നിറഞ്ഞ ചിരിയുമായി വന്നു. എന്റെ പിന്നിൽ എന്നെപ്പറ്റി പരിഹസിച്ചു ചിരിച്ചു.

കുറേ ദിവസമായപ്പോൾ എന്റെ ഓഫീസിലെ ചുമരുകളിൽ എനിക്കെതിരായി പോസ്റ്ററുകൾ പ്രത്യക്ഷപ്പെട്ടു തുടങ്ങി. അവയിൽ എന്റെ അമ്മ കൈയിലൊരു തകരപ്പാട്ടയുമായി ഭിക്ഷ കാത്ത് കുത്തിയിരിക്കുന്നു. പെറ്റ

അമ്മയെ തെരുവിൽ ഭിക്ഷയെടുക്കാൻ വിട്ടിട്ട് അധികാരത്തിന്റെ സുഖമനുഭവിക്കുന്ന ക്രൂരനാണോ നമ്മുടെ ജില്ല ഭരിക്കേണ്ടത്? ഞാൻ ഓഫീസിൽ കയറുമ്പോൾ തന്നെ ആ പോസ്റ്റർ കണ്ടു. മതിൽ മുഴുവൻ ഒട്ടിച്ചിരിക്കുന്നു. ആദ്യം ഞാൻ ഉദാസീനമായിട്ടാണ് വായിച്ചത്. കാര്യം മനസ്സിലായപ്പോൾ എന്റെ കൈയും കാലും തളർന്നു. കാറ് നിർത്തിയിട്ട് എന്റെ മുറിയിലേക്കു ഞാൻ ഓടുകയായിരുന്നു. ഞാൻ വാതിലടച്ചപ്പോൾ പുറത്ത് ഉണ്ടായ ചെറിയ ചിരിയുടെ നുര എന്റെ കാതിലെത്തി.

രണ്ടു ദിവസം കഴിഞ്ഞ് ആരോ അമ്മയെ ഞങ്ങളുടെ ഓഫീസിലേക്കു തന്നെ കൊണ്ടുവന്നു. അമ്മ എന്റെ ഓഫീസിനു മുന്നിലെ കൊന്നമരത്തിന്റെ താഴെ ഇരുന്ന് എന്റെ കീഴുദ്യോഗസ്ഥർ കൊണ്ടുവന്നിട്ട എച്ചിൽ ചോറ് ഒരു പ്ലാസ്റ്റിക് കടലാസിൽ കുമിച്ചിട്ട് വാരി വാരിത്തിന്നു. മുറിയിലൂടെ ഞാൻ നോക്കാവുന്ന വിധത്തിലായിരുന്നു അവളെ അവർ ഇരുത്തിയിരുന്നത്. ഉണ്ടതിനു ശേഷം വാഷ്ബേസിനിലേക്കു കൈകഴുകാൻ പോയപ്പോഴാണ് ഞാൻ അമ്മയെ കണ്ടത്. ഏതാനും സെക്കൻഡ് നേരം ഞാൻ എവിടെയായിരുന്നു, എന്തു ചെയ്യുകയായിരുന്നു എന്നു പോലും എനിക്കറിയില്ലായിരുന്നു. അവിടുന്ന് ഇറങ്ങി കാറിലേക്ക് ഓടി. താക്കോലെടുത്തിരുന്നില്ല. അതുകൊണ്ട് ഞാൻ തെരുവിലൂടെ നടന്നു. കുറേക്കഴിഞ്ഞപ്പോൾ ഞാനറിഞ്ഞു; ഞാൻ ഓടുകയായിരുന്നു.

പിന്നെ ഞാൻ പണിയെടുത്ത സ്ഥലങ്ങളിൽ മുഴുവൻ അമ്മയുടെ വാർത്തയും ഒപ്പമെത്തുമായിരുന്നു. ഞാൻ നാഗർകോവിലിലേക്കു വന്നപ്പോൾ ആദ്യം കാണാൻ പോയത് സുന്ദരരാമസ്വാമിയെയായിരുന്നു. രാമസ്വാമിയുടെ വീടിന്റെ മുന്നിലും ഉണ്ടായിരുന്നു ഒരു പോസ്റ്റർ. രാമസ്വാമി എന്നോട് ഒന്നും ചോദിച്ചില്ല. എന്തും ആർക്കും പറയാവുന്നയാളാണ് രാമസ്വാമി എന്ന് ഞാൻ പിന്നെയാണ് അറിഞ്ഞത്. മറ്റൊരവസരത്തിൽ ഞാൻ പറഞ്ഞപ്പോൾ രാമസ്വാമി നിർവികാരനായി കേട്ടിരുന്നു. അപ്പോൾ ഒപ്പമുണ്ടായിരുന്ന അദ്ദേഹത്തിന്റെ ശിഷ്യൻ ആവേശത്തോടെ സംസാരിച്ചു തുടങ്ങി. എല്ലാം അടിച്ചു തകർക്കുന്നതിനെപ്പറ്റി. സമൂലമാറ്റത്തെപ്പറ്റി. രാമസ്വാമി ഒടുവിൽ ഏതാനും വാക്കുകൾ പറഞ്ഞു. ചരിത്രമെന്ന യന്ത്രത്തിൽ ബന്ധിക്കപ്പെട്ടവരാണ് നമ്മളെല്ലാവരും. പ്രശ്നങ്ങൾ ഓരോരുത്തർക്കും ഓരോന്നാണ്. നമ്മുടെ മുമ്പിലുള്ള വെല്ലുവിളി ചരിത്രത്തിന്റെ നിയമങ്ങളും നിയമഭേദങ്ങളും നമ്മെ നയിക്കാതിരിക്കാൻ ശ്രദ്ധിക്കുക എന്നതാണ്. നമ്മുടെ ധർമ്മങ്ങൾ മാത്രമാണ് നമ്മെ നയിക്കേണ്ടത്. നാം ചരിത്രത്തിൽ ഒഴുകാൻ പാടില്ല. ചരിത്രം നമ്മിലൂടെ കടന്നു പോകട്ടെ. പക്ഷെ, നാം ചരിത്രത്തിന്റെ അടിമകളാവരുത്.

അഞ്ച്

കാലത്ത് ഞാൻ ഓഫീസിലെത്തി കെട്ടിക്കിടന്ന ഫയലുകൾ മുഴുവൻ ഒപ്പിട്ടു കൊടുത്തിട്ട് പത്തുമണിക്ക് ശേഷമാണ് ആശുപത്രിയിലേക്ക് പോയത്. ഇടയ്ക്കു ഫോൺ ചെയ്ത് ചോദിച്ചപ്പോൾ അമ്മയുടെ സ്ഥിതിയിൽ ഒരു മാറ്റവും ഇല്ല എന്നാണ് പറഞ്ഞത്. ഞാൻ അകത്തു പോകുമ്പോൾ വാതുക്കൽ ഡോ. മാണിക്യം നിൽക്കുന്നതു കണ്ടു. എന്റെയുള്ളിൽ ഉരുണ്ടുകൂടിയ അസ്വസ്ഥത മാണിക്യം അടുത്തു വന്നു നമസ്തേ പറഞ്ഞപ്പോൾ കൂടി.

'പറയൂ മാണിക്യം' ഞാൻ പറഞ്ഞു.

'ഞാൻ പറഞ്ഞതൊന്നും സാറിന് വിശ്വാസമായില്ലെന്നാ തോന്നുന്നത്.'

മാണിക്യത്തിന്റെ തൊണ്ടമുഴ കയറിയിറങ്ങുന്നത് ഞാൻ ശ്രദ്ധിച്ചു. ശബ്ദം ഇടറുകയായിരുന്നു.

'ഞാൻ എന്നും ദൈവത്തിനെ ഭയന്നു മാത്രമാണ് സാർ പ്രവർത്തിച്ചിട്ടുള്ളത്. ആ തീട്ടക്കുഴിയിൽ എന്നാലാവുന്നത് മുഴുവൻ ഞാൻ ചെയ്തിട്ടുണ്ട് സാർ. കാലത്ത് എട്ടുമണിക്ക് വന്നാൽ വീട്ടിലേക്ക് പോകാൻ ചിലപ്പോൾ രാത്രി ഒൻപതും പത്തുമൊക്കെയാവും. മറ്റു ഡോക്ടർമാരെപ്പോലെ എനിക്ക് പ്രൈവറ്റ് പ്രാക്ടീസൊന്നും തന്നെ ഇല്ല.' അയാളുടെ ശബ്ദം പൊങ്ങി. 'അവിടെ ഞാൻ വേറെ എന്താണ് സാർ ചെയ്യേണ്ടത്? പുണ്ണുവച്ചുകെട്ടാനുള്ള തുണിപോലും തരില്ല. മരുന്നില്ല സാർ, ഞാൻ പറഞ്ഞാൽ സാർ വിശ്വസിക്കില്ലാന്നറിയാം. പക്ഷെ എനിക്കിത് പറഞ്ഞേ പറ്റൂ. തൊട്ടടുത്തുള്ള മൃഗാശുപത്രിയിൽ നിന്ന് ആന്റിബയോട്ടിക്കുകളും മറ്റും വാങ്ങിക്കൊണ്ടു വന്നാണ് സാർ ഞാൻ ഇവറ്റകൾക്കു ചികിത്സ കൊടുക്കുന്നത്.

ഞായറാഴ്ച തൊട്ടടുത്തുള്ള വീടുകളിലേക്ക് ആളയച്ച് പഴയ തുണികൾ വാങ്ങിക്കൊണ്ടു വന്ന് അലക്കിയിട്ടാണ് പുണ്ണ് വച്ചുകെട്ടുന്നത്. ഒരു പത്തു ദിവസം ഞാൻ മനസ്സറിഞ്ഞു ലീവിട്ടിട്ടില്ല....'

ഞാൻ എന്തു ചെയ്യണമെന്നറിയാതെ കുഴങ്ങി.

'മാണിക്യം, ഞാൻ നിങ്ങളെയല്ല കുറ്റം പറഞ്ഞത്. അവിടെയുള്ള സ്ഥിതി എന്താണെന്ന് ഞാനൊരു റിപ്പോർട്ടു കൊടുത്തു. അതെന്റെ കടമയല്ലേ?'

മാണിക്യം കണ്ണുനീർ തൂത്തുകളഞ്ഞു. 'സാർ ചെയ്തത് ശരിയാണ്. സാറിനെ ഞാൻ കുറ്റം പറയുന്നില്ല. പക്ഷേ....'

കൂടുതൽ സംസാരിക്കേണ്ടതില്ല എന്ന് എനിക്കു തോന്നി. ' I am sorry' എന്നു പറഞ്ഞ് ഞാൻ കാറിൽ നിന്നിറങ്ങി ആശുപത്രിയുടെ ഉള്ളിലേക്കു നടന്നു.

'നിൽക്കണം സാർ. ഇതും കൂടി കേട്ടിട്ടു പോണം. സാറും എന്നെപ്പോലെയല്ലേ? സാർ, എനിക്ക് ഏഴുകൊല്ലമായി പ്രമോഷൻ കിട്ടാതെ നിർത്തിവച്ചിരിക്കുകയായിരുന്നു. എന്തൊക്കെയോ കുറ്റവും കാരണവും പറഞ്ഞ് കാരണത്തിനു മേൽ കാരണം ചോദിച്ച് എന്നെ വലയ്ക്കുകയായിരുന്നു. ഞാൻ ട്രിബ്യൂണലിലേക്കു തന്നെ പോയി. അവിടെ ഉത്തരവു വാങ്ങി. കഴിഞ്ഞയാഴ്ചയായിരുന്നു ഉത്തരവ് കൈയിൽ കിട്ടിയത്. ഞാൻ സീനിയറാണു സാർ. ഇപ്പോഴിതാ സാറിന്റെ റിപ്പോർട്ടിന്റെ അടിസ്ഥാനത്തിൽ എന്നെ സസ്പെൻഡ് ചെയ്തിരിക്കുന്നു. ഇനി ഞാൻ റിട്ടയറാവുന്നതു വരെ ഒന്നും നടക്കില്ല.... ഞാൻ വരട്ടെ സാർ.'

ഞാൻ എന്തോ പറയുന്നതിനു മുമ്പ് അയാൾ നടന്നുപോയി. പക്ഷെ, അയാൾ ഓടി. വേഗം പുറത്തെത്തി അവിടെ നിന്ന് ബൈക്കിൽ കയറി ഓടിച്ചു പോയി. അല്ലെങ്കിലും ഞാൻ എന്താണ് അയാളോട് പറയുക? ഒന്നേ പറയാൻ പറ്റുകയുള്ളൂ. 'I am sorry' എനിക്കും അയാൾക്കും അത് പുതിയ വാക്കുകളുമല്ല. ഞാൻ ചെന്ന് ഹാളിൽ ഇരുന്നു. ഇതല്ലാതെ എന്താണ് പ്രതീക്ഷിക്കാൻ. മറ്റെന്ത് നടന്നാലും അത്ഭുതം തന്നെ. ഞാൻ എന്താണ് അത് ചെയ്തത്? ആർക്ക് തെളിയിക്കാനാണ്? എനിക്ക് ഛർദ്ദിക്കണം പോലെ തോന്നി. ഉറക്കമിളച്ചതിന്റെ പിത്തമാണ്. അല്ലെങ്കിൽ സിഗരറ്റിന്റെ കയ്പ്.

നഴ്സ് വന്ന് 'സാർ' എന്നു വിളിച്ചപ്പോൾ ഞാൻ എഴുന്നേറ്റു.

'അവർ ഉണർന്നു.'

ഞാൻ ചെറിയൊരു പരിഭ്രമത്തോടെയാണ് അമ്മയുടെ മുറിയിലേക്കു

പോയത്. നല്ലതൊന്നും പ്രതീക്ഷിക്കാത്തവനായി ഞാൻ മാറിക്കഴിഞ്ഞു. അമ്മ കണ്ണു തുറന്നു എണീറ്റിരിക്കാൻ ശ്രമിച്ചു. കയ്യിലുണ്ടായിരുന്ന ഗ്ലൂക്കോസ് കുഴലിന്റെ സൂചി വലിച്ചൂരാൻ ശ്രമിച്ചു. 'അയ്യോ എടുക്കരുത്' എന്ന് നഴ്സ് പറയുന്നതിനു മുമ്പ് വലിച്ചൂരിക്കഴിഞ്ഞു. മുറിവിലൂടെ ചോര ഒഴുകി. അമ്മയുടെ കണ്ണുകൾ നാലുപാടും പരതിയപ്പോൾ എന്നെ പലത വണ കടന്നുപോയി. അമ്മ 'കാപ്പാ ലേ കാപ്പാ' എന്നു വിളിച്ചുകൊണ്ട് എണീക്കാൻ നോക്കി.

'അമ്മേ, ഇതാ കാപ്പനാണ്. ഞാനാണ്' ഞാൻ പറഞ്ഞു.

അമ്മയ്ക്ക് എന്റെ അടയാളം കാണാൻ കഴിഞ്ഞില്ല.

'കാപ്പാ ലേ കളസം വേണ്ട ലേ... തമ്പ്രാൻ കശേരയില് ഇരിയാ തെലേ' എന്ന് അമ്മ വിളിച്ചുകൂവി. അമ്മയുടെ കണ്ണിന് എന്നെ നോക്കാനേ കഴിഞ്ഞില്ല. പെട്ടെന്ന് ചെറിയൊരു വലിവ് അനുഭവപ്പെട്ടു. കൈയും കാലും കോച്ചി. അമ്മ കട്ടിലിലേക്കു തന്നെ മലർന്നു വീണു.

നഴ്സ് 'ഞാൻ ഡോക്ടറെ വിളിക്കാം' എന്നു പറഞ്ഞ് പുറത്തേ ക്കോടി.

ഞാൻ അമ്മയുടെ കൈകൾ പിടിച്ച് മാറത്തു വച്ചു. അവ ബലം പിടി ച്ചതുപോലെ ഉറച്ചിരുന്നു. പിന്നെ അവ തളർന്നു.

ഞാൻ കാത്തിരുന്നു. ഡോ. ഇന്ദിര വന്ന്, 'ഡയാലിസിസ് ചെയ്താൽ മാത്രമേ എന്തെങ്കിലും ഫലമുണ്ടാവുകയുള്ളൂ. പക്ഷേ, അതിനൊന്നും ശരീ രത്തിൽ ബലമില്ല. നോക്കട്ടെ' എന്നു പറഞ്ഞു അകത്തേക്കു പോയി.

ഞാൻ നെടുവീർപ്പിട്ടു. അകത്ത് എന്തൊക്കെയോ ശബ്ദങ്ങൾ. ഞാൻ വാച്ച് ഊരി കെട്ടി. സിഗരറ്റ് തീർന്നുപോയിരുന്നു. അപ്പോഴാണ് സുധയുടെ ഫോൺ വന്നത്. ഞാൻ ഫോൺ കൈയിലെടുത്തു. അവളുടെ ഓഫീസിൽ നിന്നായിരുന്നു.

'എങ്ങനെയുണ്ട്?'

ഞാൻ 'രക്ഷയുണ്ടാവില്ല' എന്നു പറഞ്ഞു.

'ഇന്ദിര പറഞ്ഞു. ഞാൻ അങ്ങോട്ടു വരാം.'

അവൾ ഫോൺ വയ്ക്കുന്ന ക്ലിക് ശബ്ദം എന്റെ കാതിൽ കേട്ടപ്പോൾ ഞാൻ ഒരു തീരുമാനമെടുത്തു.

അതെ പ്രജാനന്ദൻ പറഞ്ഞതും അതു തന്നെ. അമ്മയ്ക്കു ഞാൻ ചെയ്യേണ്ട പ്രായശ്ചിത്തം ഇതാണ്. ഇതു ഞാൻ ചെയ്യില്ല എന്നു പ്രജാന

ന്ദൻ ധരിച്ചിരുന്നോ? എനിക്കതിനുള്ള ധൈര്യം ഉണ്ടാവില്ലെന്നായിരുന്നോ അദ്ദേഹത്തിന്റെ കണക്കുകൂട്ടൽ? ഞാൻ എഴുന്നേറ്റ് ചെന്ന് അമ്മയെ നോക്കി. നഴ്സ് മാത്രമേ ഉണ്ടായിരുന്നുള്ളൂ. പിന്നെയും ഗ്ലൂക്കോസും മൂത്രവും അകത്തും പുറത്തുമായി ഇറ്റിറ്റ് വിണു തുടങ്ങിയിരുന്നു.

'ഓർമ വന്നോ?' ഞാൻ ചോദിച്ചു.

'ഇല്ല.'

അമ്മ ഉണരണം എന്നു ഞാൻ അപ്പോൾ ആഗ്രഹിച്ചു. പ്രാർഥന ചെയ്യാൻ തലയ്ക്കു മുകളിൽ ഒരു സാന്നിധ്യത്തെയും ഞാൻ ഒരിക്കലും അറിഞ്ഞിട്ടുണ്ടായിരുന്നില്ല. ആ സന്ദർഭത്തോട്, ആ മുറിയിൽ നിറഞ്ഞിരുന്ന ലോഷൻ നാറ്റം നിറഞ്ഞ കാറ്റിനോട്, ചാഞ്ഞ് അകത്തെത്തിയ ജനാലയിലെ വെട്ടത്തിനോട്, അവിടെ തുള്ളിതുള്ളിയായി ഇറ്റിറ്റുവീണ കാലത്തോട് ഞാൻ പ്രാർത്ഥിച്ചു. അമ്മ ഉണരണം. ഒരു നിമിഷത്തേക്കെങ്കിലും. അവളുടെ അടുത്ത് ഇരുന്ന്, അവളുടെ കൈകൾ എന്റെ കൈകളിലെടുത്ത്, കണ്ണുകളിലേക്ക് നോക്കി, പറയണം. ജീവിതകാലം മുഴുവൻ അമ്മ എന്നോടു കരഞ്ഞു യാചിച്ചതിനുള്ള ഉത്തരം ' അമ്മേ ഞാൻ കാപ്പനാ. ഞാൻ കളസവും ചട്ടയും ഊരാൻ പോവുകയാണ്. തമ്പ്രാക്കളുടെ കസേരയിൽ ഇനി ഞാൻ ഇരിക്കില്ല. ഞാൻ എണീക്കാം.... അമ്മേ ഞാൻ അമ്മയുടെ കാപ്പനാണ്.'

പക്ഷെ, അമ്മയുടെ മുഖം കൂടുതൽ കൂടുതൽ മെഴുകുപോലെ മാറിക്കൊണ്ടിരുന്നു. ഒരു നഴ്സ് വന്ന് അമ്മയുടെ വസ്ത്രം ശരിയാക്കിയപ്പോൾ മൃതശരീരം പോലെ അമ്മ അനങ്ങി. ഒരു മൃതശരീരത്തെയെന്നപോലെയാണ് അവൾ അമ്മയെ കൈകാര്യം ചെയ്തത്. സമയം ഓടിക്കൊണ്ടിരുന്നു. ഒരു മണിക്കൂറായിട്ടും സുധയെ കണ്ടില്ല. ഉച്ചയ്ക്ക് കൈയിലൊരു വയർകൂടയുമായി കുഞ്ഞൻനായർ വന്നു. ഞാൻ മുറിയിൽ നിന്നു പുറത്തേക്കു പോയി അവനെ കണ്ടു.

'നമസ്കാരം സാർ.... ഓഫീസിൽ പോയിരുന്നു. അവിടെ പിള്ള സാർ എന്നോട് ഇങ്ങോട്ട് വരാൻ പറഞ്ഞു. ഈ കുറിപ്പ് തന്നയച്ചു.'

ഞാൻ അതു വാങ്ങി വായിക്കാതെ കീശയിൽ വച്ചു. കുഞ്ഞൻനായർ എന്നോടു കൂടുതൽ സ്വാതന്ത്ര്യം എടുത്തത് ഞാൻ ശ്രദ്ധിച്ചു. എന്റെ വൃത്തികെട്ട ഒരു രഹസ്യത്തിൽ പങ്കാളിയായിട്ടാണ് അവൻ ഇപ്പോൾ സ്വയം കാണുന്നത്.

അപ്പോഴാണ് അമ്മ 'കാപ്പാ' എന്നു വിളിച്ചത്. ഞാൻ അകത്തേക്ക്

കയറുന്നതിനു മുമ്പ് കുഞ്ഞൻനായർ അകത്തേക്കു കടന്നു. അവനെക്കണ്ടപ്പോൾ അമ്മ പെട്ടെന്നു ഞെട്ടി വിറച്ച് എഴുന്നേൽക്കാൻ നോക്കി.

കല്ലു കണ്ട തെരുവുപട്ടിയെപ്പോലെ ശരീരം മുഴുവൻ വളച്ച്, കുറുകി, രണ്ടു കൈയും കൂപ്പി 'തമ്പ്രാ... കഞ്ചി താ തമ്പ്രാ.... പശിക്കുത് തമ്പ്രാ' എന്ന് ഇരന്നു. ഒരു കാൽ ഒറ്റയ്ക്ക് കിടന്നു പിടഞ്ഞു. മുഖം ഒരു ഭാഗത്തേക്കു കോടി. പിന്നെ അവളിലേക്ക് ഒരു നിശ്ചലത മെല്ലെ കടന്നുവന്നു നിറഞ്ഞു മൂടി.

അതേ; പ്രജാനന്ദൻ പറഞ്ഞത് ഇതുതന്നെയായിരിക്കണം. ഈ ഭിക്ഷക്കാരിത്തള്ളയെ കുഴിച്ചിട്ട്, ഇവളുടെ ഹൃദയം അതിന്റെ എല്ലാ വിശപ്പുകളും ശമിച്ച് ദ്രവിച്ച് മണ്ണായി മാറണമെങ്കിൽ എനിക്കിനിയും നൂറ് സിംഹാസനങ്ങൾ വേണം.

കുറിപ്പ്: ജീവിച്ചിരുന്ന, ഇരിക്കുന്ന മനുഷ്യരെപ്പറ്റി എഴുതിയ 12 കഥകളുടെ സമാഹാരമായ 'അറം' 2009ലാണ് ഞാൻ പ്രസിദ്ധീകരിച്ചത്. തമിഴ് ചരിത്രത്തിൽ ഏറ്റവും കൂടുതൽ വിറ്റഴിഞ്ഞ, ഏറ്റവും കൂടുതൽ വായിക്കപ്പെട്ട കൃതികളിലൊന്നാണത്. അതിലെ മറ്റു കഥകളാണ് കഴിഞ്ഞ കൊല്ലങ്ങളിൽ ഭാഷാപോഷിണിയിൽ വന്ന 'അറം', 'വണങ്ങാൻ' തുടങ്ങിയവ.

ഈ കഥയിൽ മാത്രം നായകന്റെ പേരും മറ്റു വിവരങ്ങളും മാറ്റിയിട്ടുണ്ട്. അദ്ദേഹത്തിന്റെ അനുവാദത്തോടു തന്നെയാണ് എഴുതിയത്. അദ്ദേഹം വായിച്ച് അനുഗ്രഹിക്കുകയുമുണ്ടായി. ഇതിലെ സംഭവങ്ങൾ ഭാവനകൊണ്ട് പുനർസൃഷ്ടിച്ച സത്യമാണ്.

ഈ കഥ ലഘുലേഖകളായി പല ദലിത് സംഘടനകളും പ്രസിദ്ധീകരിച്ചിട്ടുണ്ട്. സുപ്രസിദ്ധ ദലിത് പ്രസിദ്ധീകരണമായ 'എഴുത്ത്' (V. Alex "Ezhuthu' Publications, Siron Cottage, Jonespuram, Ist street, Pasumalai, Madurai - 4) ഈ കഥയെ ചെറിയ പുസ്തകമാക്കി ആയിരക്കണക്കിന് അച്ചടിച്ച് വിതരണം ചെയ്തുവരുന്നുണ്ട്. ഈ കഥയ്ക്ക് copy right ഇല്ല.

ജയമോഹൻ

www.ingramcontent.com/pod-product-compliance
Lightning Source LLC
LaVergne TN
LVHW060422051026
849518LV00007B/2671
* 9 7 8 8 1 8 8 0 2 9 3 6 5 *